ദലമർമ്മരങ്ങൾ

Dhalamarmmarangal
Children's literature / Novel

Asharaf Kavil

CHINTHA PUBLISHERS
Thiruvananthapuram

First Edition
January 2023

Published
Chintha Publishers, Thiruvananthapuram

Typesetting
Star Communications, Thiruvananthapuram

Cover Design
Vinod Mangoes

ISBN : 978-93-94753-53-2

CO - 3210 / 6246

Email: chinthapublishers@gmail.com
Website: www.chinthapublishers.com

A version is available at National Libraries
Kolkata, Mumbai, Chennai and Delhi

Distribution
DESHABHIMANI BOOKHOUSE
H O Thiruvananthapuram 695035

Branch
Head Office Kunnukuzhi • Statue Thiruvananthapuram
KSRTC Bus Terminal Thampanoor • Saphalyam Complex Thiruvananthapuram
KSRTC Bus Station Alappuzha • KSRTC Bus Station Ernakulam
Machingal Lane Thrissur • IG Road Kozhikode
Mavoor Road Kozhikode • NGO Union Building Kannur
Central Bus Terminal Complex Thavakkara Kannur

ദലമർമ്മരങ്ങൾ

അഷ്റഫ് കാവിൽ

ചിന്ത പബ്ലിഷേഴ്സ്
തിരുവനന്തപുരം-695 035

അഷ്റഫ് കാവിൽ

കവി, കഥാകൃത്ത്. കോഴിക്കോട് ജില്ലയിലെ കാവിൽ സ്വദേശി. മലപ്പുറം ജില്ലയിലെ വാഴക്കാട് ചെറുവട്ടൂർ യു പി സ്കൂളിൽ അദ്ധ്യാപകൻ. കവിത, നോവൽ, ബാലസാഹിത്യം എന്നീ മേഖലകളിൽ 14 പുസ്തകങ്ങൾ പ്രസിദ്ധീകരിച്ചു. പ്രൊഫ. ജോസഫ് മുണ്ടശ്ശേരി അവാർഡ്, അദ്ധ്യാപക സാഹിത്യവേദി അവാർഡ്, അറ്റ്ലസ്-കൈരളി അവാർഡ് ഉൾപ്പെടെ പതിനൊന്നോളം അംഗീകാരങ്ങൾ. സംസ്ഥാന പാഠപുസ്തക സമിതി അംഗമായിരുന്നു. ഇപ്പോൾ രണ്ടത്താണിയിൽ താമസിക്കുന്നു.

വിലാസം : ചരയങ്ങാട്ട് (വീട്)
കിഴക്കേപ്പുറം
രണ്ടത്താണി
മലപ്പുറം.
ഫോൺ : 9495232238

ഉള്ളടക്കം

പ്രസാധകക്കുറിപ്പ്

കഥ പറച്ചിലുകളിലൂടെ കുട്ടികൾക്ക് അറിവുപകർന്നു കൊടുക്കുന്ന രീതിശാസ്ത്രത്തിലെഴുതപ്പെട്ട ബാലസാഹിത്യകൃതി. പ്രകൃതിയെ അറിഞ്ഞ്, പ്രകൃതിയെ അനുഭവിച്ച് ജീവിതം മുമ്പോട്ടു കൊണ്ടുപോകണമെന്ന് ഓർമ്മപ്പെടുത്തുന്ന കൃതിയാണ് *ദലമർമ്മരങ്ങൾ*. പുതിയ അറിവനുഭവങ്ങൾ നല്കുന്ന ഈ കൃതി കൂട്ടുകാർക്കായി സമർപ്പിക്കുന്നു.

ചിന്ത പബ്ലിഷേഴ്സ്

ഒരു യാത്ര

ചിന്നം പിന്നം മഴ ചാറുന്നുണ്ട്.

ക്ലാസിലെ വലിയ ജാലകത്തിലൂടെ പുറത്തേക്ക് നോക്കിയാൽ നൂൽ വണ്ണത്തിൽ ചെരിഞ്ഞു പെയ്യുന്ന മഴയെ കാണാം. മഴയിൽ കുളിച്ചുനില്ക്കുന്ന ഏച്ചിൽമല. വലിച്ചു കെട്ടിയപോലെ ഒരു കീറ് ആകാശം.

പ്രാർത്ഥന കഴിഞ്ഞു. അഞ്ചു മിനുട്ടിലേറെയായി. ജിനൻ മാഷെ കാണുന്നില്ലല്ലോ. ഇന്ന് ലീവായിരിക്കുമോ? ക്ലാസ് മാഷാണ് ജിനൻ മാഷ്. എപ്പോഴും ചിരിക്കുന്ന മുഖം. ഇടതൂർന്ന താടി ഇടയ്ക്കിടെ വിരലുകൊണ്ട് മാടിയൊതുക്കും.

കാരണമൊന്നുമില്ലാതെ ഹോംവർക്കു ചെയ്യാതെ വന്നാൽ ചെറുതായി വഴക്കുപറയും. അല്ലാത്തപ്പോഴൊക്കെ ആള് ശാന്തനാണ്.

“വസന്തമോളേ, മാഷ് ലീവാണോ?”

“ആവോ.... യ്ക്കറിയാവോ... ഞാനും നിന്നെപ്പോലെ ക്ലാസിലിരിക്ക്യല്ലേ..” അവൾ ഒന്നു കുടഞ്ഞു.

കൂട്ടുകാരികൾ അടക്കിപ്പിടിച്ചു ചിരിച്ചത് കണ്ടില്ലാന്ന് നടിച്ചു. സെക്കന്റ് ലീഡർ എന്ന നിലയിൽ ഒന്നു ചോദിച്ചു പോയതാണ്. അതിന് ഇങ്ങനെ കെറുവിക്കണോ? രമ്യക്ക് ജാള്യത തോന്നി.

അല്പസമയം കഴിഞ്ഞതും ജിനൻ മാസ്റ്ററുടെ ചെരിപ്പിന്റെ

ശബ്ദം അടുത്തുവന്നു. നിറഞ്ഞ ചിരിയോടെ മാഷ് ക്ലാസിലേക്ക് കയറി.

"ഗുഡ് മോർണിങ് സാർ."

"ഗുഡ് മോർണിങ് മക്കളേ... ഇരിക്കൂ."

മാഷ്, ഹാജർ പട്ടിക നിവർത്തി. ചുണ്ടിൽ ഏതോ മൂളിപ്പാട്ടുണ്ട്. ആള് നല്ല മൂഡിലാണ്. "ഹോം വർക്ക് ചെയ്തില്ലേ..."

"ഉവ്വ് സർ. കുട്ടികളെല്ലാം പുസ്തകം തുറക്കാൻ തുടങ്ങിയതും മാഷ് പറഞ്ഞു. "വേണ്ട. നമുക്ക് നാളെ നോക്കാം. ഇന്ന് നമ്മൾ ഒരു കൊച്ചു യാത്ര പോകുന്നു."

എല്ലാരും അമ്പരന്നു. ഇന്നലെ ഒന്നു സൂചിപ്പിക്കുകകൂടി ഉണ്ടായില്ലല്ലോ.

"എങ്ങോട്ടാണ് സാർ യാത്ര." അനിൽ എഴുന്നേറ്റുനിന്നു. അവന് ആകാംക്ഷ അടക്കാനായില്ല.

"ഒരു മഹാപ്രതിഭയെ കാണാനും സംസാരിക്കാനും ഉപദേശങ്ങൾ തേടാനുമുള്ള ഒരവസരമാണിത്. അത് നന്നായി ഉപയോഗപ്പെടുത്തണം. എല്ലാരും."

"ആരാണ് സാർ."

"അതുമാത്രം പറയില്ല. സസ്പെൻസായി നില്ക്കട്ടെ. അരമണിക്കൂർ മാത്രം. അതു കഴിഞ്ഞാൽ സസ്പെൻസ് അവസാനിക്കും."

അടക്കിപ്പിടിച്ച ശബ്ദത്തിൽ കുട്ടികൾ പല അനുമാനങ്ങളും പങ്കുവെച്ചു. ആഹ്ലാദത്തോടെ പോകാൻ റെഡിയായി.

സ്കൂൾ ബസിൽത്തന്നെയാണ് യാത്ര. ചെറിയ യാത്രകളെല്ലാം സ്കൂൾ വണ്ടിയിൽത്തന്നെയാണ് പതിവ്.

സ്കൂൾ ബസ് ഏതൊക്കെയോ വഴികളിലൂടെ സഞ്ചരിച്ചു. പിന്നോട്ടോടി മറയുന്ന മരങ്ങൾ, തിരക്കിട്ട് പോകുന്ന മനുഷ്യർ. കൊച്ചു കുന്നുകൾ, വയലുകൾ...

കുട്ടികൾ പൊട്ടിച്ചിരിക്കുന്നു. സംസാരിക്കുന്നു. അരമണിക്കൂറിനകം ഇറങ്ങേണ്ട സ്ഥലമെത്തി. വലിയൊരു കുന്നിൻ ചെരിവിലാണ് ബസ് നിർത്തിയിരിക്കുന്നത്. മുമ്പിൽ കൂറ്റനൊരു ഇരുമ്പുവാതിൽ. ആളുയരത്തിൽ ചുറ്റുവേലി. അതിനുമപ്പുറം കറുത്തിരുണ്ട കാട്.

"ഇറങ്ങൂ" രമണിടീച്ചർ എല്ലാവരോടുമായി പറഞ്ഞു.

ഓരോരുത്തരായി ഇറങ്ങി.

ജിനൻ മാസ്റ്റർ കാര്യം വിശദീകരിച്ചു. "നമ്മൾ പോകുന്നത് ദാ... ഈ ഗേറ്റിനപ്പുറത്തുള്ള കാട്ടിലേക്കാണ്. കടുവയും പുലിയുമില്ലാത്ത, ഒരു മനുഷ്യൻ നട്ടുപിടിപ്പിച്ച് വളർത്തിയെടുത്ത കാട്.."

എല്ലാവരുടെയും മുഖത്ത് അത്ഭുതവും ആകാംക്ഷയും നിറഞ്ഞു. "നട്ടുപിടിപ്പിച്ചുണ്ടാക്കിയതോ?"

ആറാം ക്ലാസുകാരി സുഹ്റയ്ക്ക് അതിശയം അടക്കാനായില്ല.

"അതെ. ആ അത്ഭുത മനുഷ്യനെ കാണാനാണ് നമ്മൾ പോകുന്നത്. ഐക്യരാഷ്ട്ര സംഘടനപോലും പ്രശംസിച്ച മനുഷ്യൻ. കേന്ദ്ര പരിസ്ഥിതി മന്ത്രാലയത്തിന്റെ കഴിഞ്ഞവർഷത്തെ അവാർഡ് ലഭിച്ചത് ഇദ്ദേഹത്തിനായിരുന്നു." അല്പം നിർത്തി മാഷ് തുടർന്നു.

"ഒരു പ്രധാന കാര്യം വിട്ടുപോയി. തിരിച്ചുവരുന്നതുവരെ പൂർണ്ണമായ അച്ചടക്കം നിർബ്ബന്ധമാണ്. കാട്ടിലുള്ള ചെടികൾ പറിക്കാനോ ഒന്നിനും നമ്മൾക്ക് അനുവാദമില്ല. എല്ലാം കാണുക. ആസ്വദിക്കുക. വല്ല സംശയങ്ങളും തോന്നിയാൽ അദ്ദേഹത്തോടു തന്നെ ചോദിക്കുക. കേട്ടല്ലോ."

എല്ലാവരും തലകുലുക്കി.

മാഷ്, കൂറ്റൻ ഇരുമ്പുഗേറ്റിനരികിലേക്കു ചെന്നു. ഗേറ്റിനു മുകളിൽ വലിയൊരു മണി കെട്ടിത്തൂക്കിയിട്ടുണ്ടായിരുന്നു. അത് അടിച്ചതും, പള്ളിമണിയുടെ ടിം... ടിം... ശബ്ദത്താൽ അവിടം മുഖരിതമായി.

മൂന്നു മിനിട്ടുകൾക്കകം പറഞ്ഞുകേട്ട ആ മനുഷ്യൻ വന്നു വാതിൽ തുറന്നു. നിറഞ്ഞ പുഞ്ചിരിയുണ്ടായിരുന്നു മുഖത്ത് വെളുത്ത് നീണ്ട ഒരാൾ. മുടി മുഴുവൻ നരച്ചിട്ടുണ്ട്. അറുപതിനും എഴുപതിനുമിടയ്ക്ക് പ്രായം വരും. സംതൃപ്തി, കളിയാടുന്ന കണ്ണുകൾ കുട്ടികളെ നോക്കി വാത്സല്യത്തോടെ ചിരിച്ചുകൊണ്ട് അദ്ദേഹം പറഞ്ഞു. "വരൂ.."

വിസ്മയത്തിന്റെ ലോകത്തായിരുന്നു കുട്ടികളെല്ലാം. അവർ പുറത്തെ കാഴ്ചകളൊക്കെ മറന്നു. കാടിന്റെ ഇരുണ്ട പച്ചപ്പ്. പകലിലും വെളിച്ചമെത്താത്ത കാട്... കാതിൽ വന്നലയ്ക്കുന്ന ഇല്ലിക്കൂട്ടങ്ങളുടെ മർമ്മരങ്ങൾ. ഏതൊക്കെയോ പക്ഷികളുടെ കൂജനങ്ങൾ കത്തിയണയ്ക്കുന്നതുപോലെ ഒച്ചയുണ്ടാക്കുന്ന ഒരു വിരുതൻ.

പ്രകൃതി കനിഞ്ഞരുളുന്ന പ്രത്യേകതരം തണുപ്പുണ്ടായിരുന്നു കാട്ടിൽ. എ സിയുടെ കൃത്രിമത്തണുപ്പല്ല, ഇതിന്റെ സുഖം ഒന്നു വേറെതന്നെ. ഇരുവശത്തും ശാഖോപശാഖകളായി ആകാശത്തേക്ക് പടർന്നുപോകുന്ന കൂറ്റൻ വൃക്ഷങ്ങൾ.

ചവിട്ടടിപ്പാത, ഒരു കൊച്ചു വീട്ടിന്റെ ഉമ്മറത്തേക്കു കുട്ടികളെ ആനയിച്ചു.

മണ്ണു കുഴച്ചുണ്ടാക്കിയ, രണ്ടോ മൂന്നോ മുറികൾ മാത്രമുള്ള ഒരു വൃത്തിയുള്ള വീട്. ജാലകങ്ങളും വാതിലുമെല്ലാം അതീവ ലളിതം. മേല്ക്കൂര പനയോലയാലും പുല്ലിനാലും മേഞ്ഞിരിക്കുന്നു.

വീട്ടിനുചുറ്റും വിളഞ്ഞുനില്ക്കുന്ന ഫലവൃക്ഷങ്ങൾ ആരെയും അത്ഭുതപ്പെടുത്തും.

പലതരം പേരയ്ക്കകൾ, സപ്പോട്ട, സബർജിൽ പോലുള്ള ഏതോ ഒരു പഴം. മുകളിൽ പടർത്തിക്കെട്ടിയ വലയ്ക്കുള്ളിലൂടെ തൂങ്ങിയാടുന്ന ഫാഷൻ ഫ്രൂട്ടുകൾ.

ആകപ്പാടെ മനോഹരമായ ഒരു അന്തരീക്ഷം. "വരൂ... ഇവിടെ വന്നിരിക്കൂ, എല്ലാവരും." ചാണകം മെഴുകിയ വീട്ടിന്റെ കോലായിൽ പുല്ലുപായ വിരിച്ചിട്ടുണ്ടായിരുന്നു.

കുട്ടികളെല്ലാരുമിരുന്നു.

ഫാഷൻ ഫ്രൂട്ടു പിഴിഞ്ഞുണ്ടാക്കിയ സർബത്തും, പഴുത്ത പേരയ്ക്കയുമായി വീട്ടുകാരി വന്നു.

എല്ലാവരും ആ വിരുന്നിൽ പങ്കുകൊണ്ടു.

* * * *

രണ്ടു മരക്കസേരകൾ മാവിൻചോട്ടിൽ ഇട്ടിരിക്കുന്നു. അതിലൊന്നിൽ ആ അത്ഭുതമനുഷ്യനിരുന്നു. അടുത്തായി ജിനൻ മാഷും. കുട്ടികൾ നിലത്ത് ചമ്രം പടിഞ്ഞിരുന്നു.

ജിനൻ മാഷ് കുട്ടികളോടായി പറഞ്ഞു.

"ഈ കാട്ടിലേക്ക് നമ്മളൊരു സഞ്ചാരത്തിനു പോവുകയാണ്. അതിനുമുമ്പ് ഈ കാടുണ്ടാക്കിയതെങ്ങനെയെന്ന് നമുക്കറിയേണ്ടേ. ആ ചിന്തയിലേക്ക് നയിച്ച സാഹചര്യങ്ങൾ..."

എല്ലാവരും തലകുലുക്കി.

എന്നാൽ കാട്, നട്ടുപിടിപ്പിച്ച ഈ സുൽത്താനോട് തന്നെ നമുക്ക് ചോദിക്കാം... കാടിന്റെ പിന്നിലെ കഷ്ടപ്പാടിന്റെ കഥ.

അയാൾ വിനയത്തോടെ ചിരിച്ചു.

പിന്നെ പതുക്കെ കഥ പറയാൻ തുടങ്ങി.

മരുഭൂമിയിലേക്ക്

കഥ തുടങ്ങി.

പ്രായം 18 വയസ്സ്. പേര് മുസ്തഫ.

പഠിപ്പിൽ അത്ര മിടുക്കനല്ല. കൂട്ടുകാരോടൊത്തുള്ള ഫൂട്ബോൾ കളിയും കുസൃതികളുമായി സമയം ചെലവാക്കുന്നു.

മുസ്തഫയുടെ ഉപ്പാക്ക് തേങ്ങാക്കച്ചവടമാണ്. നാട്ടിലുള്ള തേങ്ങകൾ ശേഖരിച്ച് കൊണ്ടുവരും. എന്നിട്ടത് വെട്ടി വെള്ളം വാർക്കും. റോഡിനരികിലായി നിരനിരയായി വെക്കും. വലിയൊരു വല തേങ്ങാക്കൂട്ടത്തിനു മുകളിൽ വിരിച്ചിടും.

കാക്കകൾ, തേങ്ങ റാഞ്ചിയെടുക്കുന്നത് ഒഴിവാക്കാൻ, പൊട്ടിയ ഒരു കണ്ണാടിക്കഷണം വെയിലിനു നേരെ നിലത്തു വെക്കും. കാക്കകൾക്ക് ഈ വെളിച്ചം ഭയമാണ്. അവ ദൂരേക്കു പറന്നുപോകും.

കൊപ്രാക്കച്ചവടത്തിൽ ഉപ്പയെ സഹായിക്കുന്നത് മുസ്തഫയാണ്. റാളി എന്നു വിളിക്കുന്ന, ഒരാൾക്ക് വലിച്ചുകൊണ്ടുപോകാൻ കഴിയുന്ന ഒരു വണ്ടിയുണ്ട്. തേങ്ങ ചാക്കിൽ നിറച്ച് റാളിയിൽ കയറ്റും. അത് വലിച്ചു കൊണ്ടുവരണം. കൂടുതൽ ചരക്കുണ്ടെങ്കിൽ മറ്റൊരാൾ പുറകിൽനിന്ന് തള്ളിക്കൊടുക്കാനുണ്ടാകും.

അങ്ങനെ കൊണ്ടുവരുന്ന തേങ്ങ കുന്നുകൂട്ടിയിടുന്നു.

പുലർച്ചെ അവയെല്ലാം വെട്ടുകത്തിയുപയോഗിച്ച് രണ്ടായി വെട്ടി മുറിക്കുന്നു. വെള്ളം ഒരു ബക്കറ്റിൽ ശേഖരിക്കുന്നു. കുട്ടയിൽ നിറച്ച് അവയോരോന്നും നിരത്തിനരികിൽ ഉണങ്ങാനായി നിരത്തുന്നു.

വൈകുന്നേരമാകുമ്പോഴേക്കും തേങ്ങ നന്നായി ഉണങ്ങിയിട്ടുണ്ടാകും. പിന്നെ അവ മുഴുവൻ വാരി ചേകിനിടും. 'ചേക്' എന്നു പറഞ്ഞാൽ കവുങ്ങിൻ കഷണങ്ങൾ ഇടവിട്ട് പതിച്ചുണ്ടാക്കുന്ന ഒരു സംവിധാനമാണ്. അതിനിടയിൽ ചിരട്ട തെരെച്ചുവെച്ച് തീയിടും. തേങ്ങ മുകളിലായി കമിഴ്ത്തിവെക്കും. രാത്രി കുറച്ചുനേരം ചിരട്ടച്ചൂടേറ്റാൽ പിറ്റേന്ന് തേങ്ങയിൽനിന്ന് ചിരട്ട ഒഴിവാക്കാം. അതിനായി കവുങ്ങിന്റെ ചെത്തിക്കൂർപ്പിച്ച പാരയുണ്ടാകും. പിന്നെ വീണ്ടും ഉണക്കിയാൽ തേങ്ങ നന്നായി ഉണങ്ങും, അതാണ് കോഴിക്കോട് വലിയങ്ങാടിയിൽ കൊണ്ടുപോയി വില്ക്കുക. 'കൊപ്ര' എന്നു വിളിക്കുന്ന വെളിച്ചെണ്ണയുണ്ടാക്കുന്ന വസ്തുവാണിത്.

അങ്ങനെ തേങ്ങാക്കച്ചവടവുമായി മുസ്തഫയും ഉപ്പയും രണ്ട് പെങ്ങന്മാരും ജീവിച്ചു പോകുന്നതിനിടയിലാണ് ആ അത്യാഹിതം സംഭവിക്കുന്നത്.

ചേകിനടിയിൽ തീയിട്ടു കൂട്ടിയിട്ട തേങ്ങയുടെ മുകളിൽ കിടന്നതായിരുന്നു ഉപ്പ; തണുപ്പുകാലമായിരുന്നു. ചെറിയൊരു ചൂടും കിട്ടുമല്ലോ എന്നുകരുതി. ചിരട്ടക്കനൽ കാറ്റിൽ ആളിക്കത്തി ചേകിന് തീപിടിച്ചു. കവുങ്ങിൽപാളികളിലേക്കും തുടർന്ന് ഉണക്കു തട്ടിയ തേങ്ങയ്ക്കും തീപിടിച്ചു. ആളിപ്പടർന്നു കത്തിയ തീയിൽ മുസ്തഫയുടെ ഉപ്പയും പെട്ടു.

ഓടിക്കൂടിയ നാട്ടുകാർ കണ്ടത് വലിയൊരു തീക്കുണ്ഠമായിരുന്നു. അതിൽപ്പെട്ട് കത്തിക്കരിഞ്ഞുപോയതോ ഒരു കുടുംബത്തിന്റെ ഏകാശ്രയമായിരുന്ന മനുഷ്യനും.

മുസ്തഫ ഒറ്റയ്ക്കായി.

തേങ്ങാക്കച്ചവടവുമായി ഇനി മുന്നോട്ടുപോകാൻ കഴിയില്ലെന്ന് മുസ്തഫയ്ക്ക് ബോദ്ധ്യംവന്നു. ഉപ്പയുടെ ഓർമ്മകൾ അവനെ വല്ലാതെ നോവിച്ചുകൊണ്ടിരുന്നു.

അങ്ങനെയിരിക്കെയാണ് ഗൾഫിലേക്കു പോകാൻ ഒരു വിസ തരപ്പെടുന്നത്.

അക്കാലത്ത് ഗൾഫ് എന്നാൽ ആരെയും ആകർഷിക്കുന്ന ഒരു വാക്കായിരുന്നു. ഗൾഫിൽ ജോലി എന്നാൽ വലിയ സമ്പന്നൻ എന്നു സാരം.

മുസ്തഫ തന്റെ വസ്ത്രങ്ങളടങ്ങിയ ഒരു കൊച്ചുപെട്ടിയും വലിയ സ്വപ്നങ്ങളുമായി ഗൾഫിലേക്ക് വിമാനം കയറി.

* * * *

കണ്ണെത്താദൂരത്തോളം പരന്ന് വിശാലമായിക്കിടക്കുന്ന മരുഭൂമി. ഇടയ്ക്കിടെ വീശിയടിക്കുന്ന ചുട്ടുപൊള്ളുന്ന മണൽക്കാറ്റ്. ദൂരേക്ക് നോക്കുമ്പോൾ കത്തിയാളുന്നതുപോലെ ഒരു കാഴ്ച.

മുസ്തഫ, ഇപ്പോൾ മരുഭൂമിയിലൂടെ ഒരു പിക്കപ്പ് വാനിൽ സഞ്ചരിക്കുകയാണ്. കള്ളിമുൾച്ചെടികൾ ഇടയ്ക്ക് കാണാമെന്നതൊഴിച്ചാൽ മണൽക്കാട്. ചുറ്റും പേടിപ്പെടുത്തുന്ന ശൂന്യത മാത്രം.

കഫീലാണ് വണ്ടിയോടിക്കുന്നത്. 'കഫീൽ' എന്ന അറബി വാക്കിന്റെ അർത്ഥം ഉടമസ്ഥൻ എന്നാണ്. എന്നുവെച്ചാൽ അയാളുടെ സ്വന്തം ഉത്തരവാദിത്വത്തിലാണ് മുസ്തഫ ഈ നാട്ടിലെത്തിയിരിക്കുന്നത് എന്നു സാരം.

അരമണിക്കൂറിനകം അവർ സഞ്ചരിച്ച പിക്കപ്പ്വാൻ ഒരു മരുപ്പച്ചയ്ക്കു സമീപം എത്തിച്ചേർന്നു.

ചുറ്റും വേലികെട്ടിയ പച്ചപ്പ് നിറഞ്ഞ ഒരിടം. മരുഭൂമിയിലൂടെ സഞ്ചരിക്കുന്ന ആരും അല്പസമയം വിശ്രമിച്ചിട്ടേ ഇവിടെ നിന്നും പോവുകയുള്ളൂ.

തണൽ മരങ്ങൾ തലയുയർത്തി നില്ക്കുന്നു അതിരുകളിൽ. സൂക്ഷിച്ചു നോക്കിയപ്പോൾ ഊഹിച്ചു. അത് ഈത്തപ്പനകളാണ്. നമ്മുടെ നാട്ടിലെ പനകളോടു സാദൃശ്യമുണ്ട്. ഒന്നുകൂടി സൂക്ഷ്മമായി നോക്കിയപ്പോഴാണ് കണ്ടത് മരങ്ങൾക്കിടയിൽ അതിമനോഹരമായ ഒരു കൊച്ചുഭവനം. വെള്ളപ്പെയിന്റ് തുടർച്ചയായ മണൽക്കാറ്റടിച്ച് നിറം മങ്ങിയിട്ടുണ്ട്. എങ്കിലും സുന്ദരമായ കൊത്തുപണികളുള്ള മച്ചും, വിളക്കുകാലുമൊക്കെയുള്ള ഒരു രസികൻ വീട്.

മുസ്തഫ അല്പനേരം അത് നോക്കിനിന്നു. അറബി കൈകൊട്ടി മുസ്തഫയെ വിളിച്ചു.

"ഹിന്ദീ..."

അയാൾ അറബി പറയാൻ തുടങ്ങിയതും മുസ്തഫ ആംഗ്യ ഭാഷയിൽ തനിക്കറിയില്ലെന്ന് കൈമലർത്തി.

അയാളുടെ മുഖത്ത് ദേഷ്യം നിറഞ്ഞു. സാധനങ്ങൾ പെട്ടെന്നിറക്കാൻ അയാൾ ആംഗ്യഭാഷയിൽ പറഞ്ഞു.

വലിയൊരു ചാക്കുകെട്ടും കുറേ പാത്രങ്ങളുമാണ് ഇറക്കേണ്ടത്. മുസ്തഫ ചാക്കുകെട്ട് പൊക്കി തലയിൽവെച്ചു. ഒരു കൈകൊണ്ട് ഭക്ഷണസാധനങ്ങൾ അടങ്ങിയ പ്ലാസ്റ്റിക് കവറും തൂക്കി അറബിയുടെ പുറകെ നടന്നു.

ഗേറ്റ് തുറന്ന് വീട്ടിനരികിലെത്തിയപ്പോൾ മുസ്തഫയുടെ മുഖം നിരാശയാൽ കറുത്തു.

അതിരിൽ കാണുന്ന ഈത്തപ്പന മരങ്ങളല്ലാതെ മറ്റ് വൃക്ഷങ്ങൾ ഒന്നുമില്ല. ചുറ്റും പാഴ്ച്ചെടികൾ മുളച്ച് കാടുപിടിച്ചു കിടക്കുന്നു.

കാര്യങ്ങൾ ഏതാണ്ട് മുസ്തഫയ്ക്ക് ബോദ്ധ്യമായി. ഈ വീട് പരിപാലനത്തിനാണ് തന്നെ കൊണ്ടുവന്നത്. ഒരു വലിയ ചാവി ഉപയോഗിച്ച് കഫീൽ വീടു തുറന്നു.

അകത്തു കയറിയതും മുസ്തഫ വാ പൊളിച്ചു നിന്നു. എല്ലാതരം ആധുനിക സജ്ജീകരണങ്ങളാലും നിറഞ്ഞ വീട് കമനീയമായി അലങ്കരിച്ചിരിക്കുന്നു.

പേർഷ്യൻ തൂക്കുവിളക്കുകൾ തൂങ്ങുന്ന ചുമരുകൾ. നിലത്ത് വിരിച്ച ചിത്ര കംബളങ്ങൾ, കുതിരയുടെ മുഖം വരച്ചുവെച്ചിരിക്കുന്നു. ഒരു മുറിയിൽ ജീവനുണ്ടെന്നു തോന്നും.

പുറത്തുനിന്ന് ഊഹിക്കാനാകാത്തവിധം അകത്ത് അടുക്കും ചിട്ടയുമുണ്ട്. ആരുടെയോ പെരുമാറ്റമുള്ള വീടാണെന്ന് മുസ്തഫ തീർച്ചപ്പെടുത്തി.

കഫീൽ ഒരു മാർബിൾ മേശ ചൂണ്ടിക്കാണിച്ച് അത് വൃത്തിയാക്കാൻ ആംഗ്യം കാട്ടി.

മുസ്തഫ നനഞ്ഞ തുണികൊണ്ട് നന്നായിത്തുടച്ചു ഭക്ഷണമടങ്ങിയ പാക്കറ്റ് അതിനു മുകളിൽ വെച്ചു.

കുബ്ബൂസ് എന്നുവിളിക്കുന്ന ഗോതമ്പിന്റെ റൊട്ടിയാണ് പ്രധാന ആഹാരം. ആടിന്റെ കരൾ വേവിച്ചതും ഏതാനും ആപ്പിളും അല്പം വെജിറ്റബിൾ സാലഡും.

രണ്ടുമൂന്ന് ബോട്ടിൽ മിനറൽ വാട്ടറിന്റെ കുപ്പികളുമുണ്ട്.

മുസ്തഫയ്ക്ക് നന്നായി വിശക്കുന്നുണ്ടായിരുന്നു. കിട്ടിയ ആഹാരത്തിന്റെ രുചിയൊന്നും നോക്കിയില്ല. വിശപ്പടങ്ങുന്നതുവരെ വലിച്ചുവാരിത്തിന്നു.

അരമണിക്കൂർ കഴിഞ്ഞപ്പോഴേക്കും ഒരു ജോലിക്കാരനും അറബിയുടെ മകനും വന്നുചേർന്നു. ജോലിക്കാരൻ മുസ്തഫയോട് കാര്യങ്ങൾ വിശദമാക്കി.

ഈ ഭവനം അറബിയുടെ താല്ക്കാലിക താമസത്തിനുള്ളതാണ്. വല്ലപ്പോഴും അവർ സംഘമായി വന്നു താമസിച്ചു പോകും. ചിലപ്പോൾ മാസങ്ങളോളം ആരും വന്നില്ലെന്നും വരാം.

ഈ വീടും പരിസരവും വൃത്തിയായി സംരക്ഷിക്കുക എന്നുള്ളതാണ് മുസ്തഫയുടെ ജോലി. ഭക്ഷണം ആഴ്ചയിലൊരിക്കൽ എത്തിക്കും. മറ്റുവല്ല അത്യാവശ്യങ്ങളുമുണ്ടെങ്കിൽ അഞ്ചുമിനിട്ട് നടന്നെത്താവുന്ന അകലത്തിൽ മറ്റൊരു വീടുണ്ട്. അവിടെയാണ് തനിക്ക് ജോലി എന്നകാര്യം അയാൾ വ്യക്തമാക്കി.

മുസ്തഫ അയാളെ പരിചയപ്പെട്ടു. കൈ കൊടുത്തപ്പോൾ അയാളുടെ കൈയിലെ തഴമ്പ് മുസ്തഫയെ അത്ഭുതപ്പെടുത്തി. അദ്ധ്വാനിയായ ഒരാളുടെ കൈ ഒരു ഹസ്തദാനത്തിലൂടെ മനസ്സിലാക്കാം.

ശ്രീധരൻ എന്നാണ് മൂപ്പരുടെ പേര്. ചെറുവണ്ണൂരാണ് വീട്. കോഴിക്കോട് പേരാമ്പ്രയ്ക്കടുത്ത ഒരു സ്ഥലം. ആ സ്ഥലം മുസ്തഫയുടെ നാട്ടിനടുത്തുതന്നെയാണ്. മുസ്തഫയ്ക്ക് അയാളോട് വല്ലാത്ത ഒരു അടുപ്പം തോന്നി.

അറബിയുടെ വേനൽക്കാല വസതിയുടെ സൂക്ഷിപ്പുകാരനായിട്ട് വർഷം എട്ടുകഴിഞ്ഞു.

"പാവമാണ്... അല്പം മുൻശുണ്ഠിയുണ്ട് എന്നതൊഴിച്ചാൽ..." ചെറുചിരിയോടെ അറബിയെ ചൂണ്ടി ശ്രീധരൻ പറഞ്ഞു. "നമ്മുടെ വിഷമങ്ങൾ അയാൾ കണ്ടറിഞ്ഞ് സഹായിക്കും.

പക്ഷേ, ജോലിയിൽ അലസത പാടില്ലെന്ന് മാത്രം." പിന്നീട് വിശദമായി കാണാം എന്ന ഉറപ്പോടെ ശ്രീധരൻ തിരിച്ചുപോയി.

ഗേറ്റ് പൂട്ടിടാൻ ആംഗ്യം കാണിച്ച് അല്പസമയത്തിനകം പിക്കപ്പ് വാനിൽ കയറി അറബിയും മകനും യാത്ര പറഞ്ഞു.

വിജനമായ മരുഭൂമിയുടെ ഒരു കോണിൽ മുസ്തഫ ഒറ്റയ്ക്കായി. ചെറിയൊരു ഭയം മുസ്തഫയുടെ ഉള്ളിലുണ്ടായിരുന്നു. അത് മനസ്സിനെ കീഴ്പ്പെടുത്തുന്നതിനുമുമ്പ് മുസ്തഫ ഉറക്കത്തിലേക്ക് വഴുതിവീണു.

ദലമർമ്മരങ്ങൾ

അല്ലാ... നമുക്ക് കാട്ടിലൂടെ അല്പം നടന്നാലോ?

കുട്ടികൾ അയാളുടെ ശബ്ദം കേട്ട് മായാലോകത്തുനിന്നും ഉണർന്നപോലെ കണ്ണുമിഴിച്ചു.

മരുഭൂമിയിലൂടെ സഞ്ചരിച്ച് അവരുടെ മനസ്സ് ക്ഷീണിച്ചു പോയിരുന്നു.

"വല്ലാത്ത കഥ..." പാർവ്വതി അനുവിന്റെ തോളത്തു തട്ടി.

"അല്ല... എനിക്കൊരു സംശയം. കാടുണ്ടാക്കിയതും ഈ കഥയും തമ്മിൽ എവിടെയാണ് യോജിക്കുക."

ക്ലാസിലെ മിടുക്കനായ പ്രവീൺ ജിനൻ മാസ്റ്ററോട് ചോദിച്ചു.

ജിനൻ മാസ്റ്റർ ചിരിച്ചു.

"കാടു വളർത്താൻ എവിടെ നിന്നാണ് പ്രചോദനം ലഭിച്ചത് എന്നാണ് പറഞ്ഞുവന്നത്. വരട്ടെ. കഥ മുഴുവൻ കേൾക്കുമ്പോൾ നിങ്ങൾക്ക് ഒരു സംശയവുമുണ്ടാകില്ല."

അതിനിടയിൽ ആറ്റിക്കുറുക്കിയ മുളയരിപ്പായസവുമായി മുസ്തഫയുടെ വീട്ടുകാരി വന്നു. അവർ പുഞ്ചിരിയോടെ കുട്ടികൾക്ക് മുളയരിപ്പായസം വിളമ്പാനാരംഭിച്ചു. ജിനൻ മാസ്റ്റർ പറഞ്ഞു.

"മുളയരി കൊണ്ടുണ്ടാക്കിയ പായസമാണിത്. വനവിഭവ

ങ്ങളിൽ സവിശേഷമായ ഒരു ധാന്യമാണ് മുളയരി. അപൂർവ്വമായിട്ടേ മുളയരി ലഭിക്കുകയുള്ളൂ. ശരീരത്തിന് പോഷകസമൃദ്ധി നല്കുന്ന ഒരു ആഹാരമാണിത്. ആദിവാസികളും മറ്റും മുളയരിയും തിനയുമൊക്കെയാണ് കഞ്ഞിയുണ്ടാക്കാനായി ഉപയോഗിക്കുക."

മുസ്തഫ അപ്പോൾ പറഞ്ഞു. "ഇപ്പോൾ കടകളിലും മറ്റും വില്ക്കുന്നുണ്ട് മുളയരി. ഞങ്ങൾ കഞ്ഞിയും ചോറുമുണ്ടാക്കാൻ മുളയരി ഉപയോഗിക്കാറുണ്ട്." അല്പം നിർത്തി അയാൾ പറഞ്ഞു. "എനിക്കും കുടുംബത്തിനും കഴിയാനുള്ളതൊക്കെ ഈ കാട്ടിൽ നിന്നുമാണ് കിട്ടുന്നത്. പഞ്ചസാരയ്ക്ക് പകരം പായസത്തിൽ ഉപയോഗിച്ചിരിക്കുന്നത് കാട്ടുതേനാണ്. ഉപ്പൊഴികെ മറ്റൊന്നും ഞാൻ പുറത്തുനിന്നും വാങ്ങാറില്ലെന്ന് പറയാം.

കുട്ടികൾക്ക് വിശ്വസിക്കാൻ കഴിഞ്ഞില്ല.

"അപ്പോൾ ഉടുക്കാനുള്ളതൊക്കെയോ?" ഏതോ ഒരു വിരുതന്റെ സംശയം.

"ഭക്ഷണത്തിന്റെ കാര്യമാ പറഞ്ഞത്." ജിനൻ മാസ്റ്റർ കൂട്ടിച്ചേർത്തു.

"വരൂ... നമുക്ക് അടുക്കളത്തോട്ടം ഒന്നു കണ്ടുവരാം." മുസ്തഫ അവരെ ക്ഷണിച്ചു.

വീടിനു പുറകിൽ മുളങ്കുറ്റികൾകൊണ്ട് വേലികെട്ടിത്തിരിച്ച സുന്ദരമായ അടുക്കളത്തോട്ടം. അതിന്റെ ഒരരികിലായി വലിയൊരു തൊഴുത്ത്. തൊഴുത്തിലെ വീരന്മാരെല്ലാം വിശാലമായ കാട്ടിൽ യഥേഷ്ടം മേഞ്ഞുനടക്കുകയാണ്. പശുക്കുട്ടിയുടെ അമറൽ കേൾക്കുന്നുണ്ട്.

"മേയാൻ വിടുകയാണോ? എന്തെങ്കിലും അപകടമുണ്ടാകില്ലേ..." ജിനൻ മാസ്റ്റർ ചോദിച്ചു.

"ഈ കാട്ടിൽ ഹിംസ്രജന്തുക്കൾ ഒന്നുമില്ല. ഉള്ളത് കുറുക്കന്മാരാണ്. അവർ പകൽ പുറത്തിറങ്ങാറില്ല."

പിന്നീട് അദ്ദേഹം കെട്ടിത്തൂക്കിയ വലിയൊരു മണി കാണിച്ചു. "ആറുമണി കഴിയുമ്പോൾ ഞാൻ ഒരു കൂട്ടമണിയടിക്കും. അപ്പോൾ എല്ലാവരും അവരവരുടെ ഇടങ്ങളിലേക്ക് തിരിച്ചെത്തും." അയാൾ പുഞ്ചിരിയോടെ വിശദമാക്കി.

“ആറു പശുക്കൾ, നാലു പൈക്കുട്ടികൾ, പതിനാറോളം ആടുകൾ, കോഴികളും താറാവുകളും വേറെയുമുണ്ട്.”

“കോഴികളെയും താറാവുകളെയും കാട്ടിലേക്ക് വിടുമോ?”

“ഇല്ല. അവയെ വിട്ടാൽപ്പിന്നെ ബാക്കിയുണ്ടാകുമോ?” ജിനൻ മാസ്റ്ററുടെ ചോദ്യത്തിന് പൊട്ടിച്ചിരിച്ചുകൊണ്ട് മുസ്തഫ മറുപടി നല്കി.

കോഴിഫാം കുറച്ചുകൂടി അകലെയാണ്. അവർക്ക് മാത്രമായി ഉണ്ടാക്കിയ ഒരിടം.

പച്ചക്കറിത്തോട്ടത്തിൽനിന്ന് രമ്യക്ക് കണ്ണെടുക്കാൻ തോന്നിയില്ല.

വെണ്ട, കാബേജ്, തക്കാളി, വഴുതന, പയറുകൾ പലവിധം, പച്ചമുളകിന്റെ പലവക ഭേദങ്ങൾ, കോവയ്ക്ക, കറിവേപ്പില എന്നിവയെല്ലാമുണ്ട്.

ചകിരിച്ചോർകൊണ്ട് മൂടിയ ഒരു ചാക്കിൽനിന്ന് മുളപൊട്ടിത്തുടങ്ങിയ ഉള്ളി പറിച്ചെടുത്തു മുസ്തഫ; എല്ലാവരും ഇതു കണ്ടു അത്ഭുതംകൂറി.

“നമ്മൾ ശ്രദ്ധവെച്ചാൽ ഉണ്ടാക്കാൻ കഴിയാത്ത ഒരു വിളവുമില്ലെന്ന് പറയാം. നന്നായി പരിപാലിക്കണമെന്നു മാത്രം.” വലിയൊരു തത്ത്വം പറയുകയാണയാൾ. സ്വന്തം ജീവിതംകൊണ്ട് പഠിച്ച വലിയ പാഠം.

കാടിന്റെ കുളിരിൽ സമയം നീങ്ങുന്നത് അവരാരും അറിഞ്ഞതേയില്ല.

കാട്ടിനകത്ത് നില്ക്കുമ്പോൾ മറ്റൊരു ചിന്തയുമുണ്ടാകില്ല. പേരറിയുന്നതും അറിയാത്തതുമായ ഏതൊക്കെയോ പക്ഷികളുടെ ശബ്ദങ്ങൾ. കത്തിയണയ്ക്കുന്ന ശബ്ദത്തിൽ കരയുന്ന പക്ഷികൾ.

വള്ളിപ്പടർപ്പുകൾ പടർന്ന് മരത്തിന്റെ ഇല ഏതെന്ന് തിരിച്ചറിയാൻ കഴിയാത്തവണ്ണം മൂടിപ്പോയിരിക്കുന്നു. നിലത്ത് വേരുപടലങ്ങൾ ഭ്രാന്തുപിടിച്ചപോലെ തലങ്ങും വിലങ്ങും സഞ്ചരിക്കുന്നു. അതിനുമുകളിൽ അട്ടിയട്ടിയായി ഇലകൾ വീണുകിടക്കുന്നു. ഏത് കൊടുംവേനലിലും ഈർപ്പം നിറച്ചുവെച്ച അന്തരീക്ഷം.

ഉച്ച സമയമായിട്ടും വെയിലിന്റെ കാഠിന്യം അനുഭവപ്പെടുന്നേയില്ല. വാരിക്കുന്തങ്ങൾപോലെ ഇലകൾക്കിടയിലൂടെ വെയിലിന്റെ തുണ്ടുകൾ വീണു കിടക്കുന്നു.

ഓരോ മരവും ചൂണ്ടിക്കാണിച്ച്, കുട്ടികളുടെ കാട്ടറിവുകൾ അളക്കുകയാണ് മുസ്തഫ.

"ഇത് ആഞ്ഞിലി. നല്ല ബലമുള്ള മരമാണ്. തടിക്കനം കൂടാൻ വർഷങ്ങൾ ഒരുപാടെടുക്കും. ഇത് ഈട്ടി. മരങ്ങളിലെ രാജാക്കന്മാരിൽ ഒരുവൻ. ഇതിന്റെ പേര് ആരു പറയും?" ചോദ്യം കേട്ടതും കുട്ടികളിൽനിന്നും ഒരാൾ കൈപൊക്കിക്കാണിച്ചു. ജിനൻ മാഷ് പറഞ്ഞു. "പറയൂ പ്രവീൺ."

"മരുത്."

"മിടുക്കൻ... എങ്ങനെ ഇത്രവേഗം മനസ്സിലാക്കി?" മുസ്തഫയ്ക്ക് അമ്പരപ്പ് അടക്കാനായില്ല.

"മുത്തച്ഛന്റെ അടുത്ത് പോകുമ്പോൾ തോട്ടത്തിലേക്കു കൊണ്ടുപോകാറുണ്ട്. ഓരോ പ്രാവശ്യം പോകുമ്പോഴും രണ്ടോ മൂന്നോ മരങ്ങളെ പരിചയപ്പെടുത്തിത്തരും. ഇലകളുടെ പ്രത്യേകത, തടിയുടെ കനം, തൊലി, നിറം.... ഇതെല്ലാം കണ്ട് മരത്തെ തിരിച്ചറിയാം."

"മിടുക്കൻ കുട്ടി"... അവന്റെ തോളത്തുതട്ടി അഭിനന്ദിക്കാൻ മുസ്തഫ മറന്നില്ല.

പിന്നെ ആരോടെന്നില്ലാതെ അയാൾ പറഞ്ഞു. "കമ്പ്യൂട്ടർ ഗെയ്മിന്റേയും മൊബൈലിന്റേയും" ലോകത്തുമാത്രം കഴിഞ്ഞുകൂടുകയാണ് കുട്ടികളെല്ലാവരുമെന്നാണ് ഞാൻ വിചാരിച്ചിരുന്നത്. ആ ചിന്ത ശരിയല്ലെന്ന് നീ തെളിയിച്ചു."

മുസ്തഫ ഇലകൾക്കിടയിലൂടെ മാനത്തേക്ക് നോക്കി. എന്നിട്ട് പറഞ്ഞു. "സമയം ഒന്നേമുക്കാൽ കഴിഞ്ഞല്ലോ അല്ലേ.."

ജിനൻ മാഷും രമണി ടീച്ചറും ഒരേ സ്വരത്തിൽ പറഞ്ഞു. "കൃത്യം ഒരു മണിയും അൻപത് മിനിട്ടും."

"എങ്ങനെ ഇത്ര കൃത്യമായി പറയാൻ കഴിയുന്നു."

"ശീലം അല്ലാതെ മറ്റെന്ത്" നിസ്സാരഭാവത്തിൽ അയാൾ പറഞ്ഞു.

"ശീലിച്ചു കഴിഞ്ഞാൽ ഒന്നും നമ്മൾ പഠിക്കേണ്ടതായി വരില്ല. പ്രകൃതിതന്നെ നമ്മെ പഠിപ്പിക്കും. ഏത് പുസ്തകത്തേക്കാളും വലിയ പുസ്തകം പ്രകൃതിതന്നെ."

"വാ... വയറ് കത്താൻ തുടങ്ങി. നമുക്കൊരു നാടൻ ഊണു കഴിക്കാം."

കുട്ടികൾക്കുള്ള ഊണും തന്റെ വക നല്കാമെന്ന് നേരത്തേ പറഞ്ഞിരുന്നു മുസ്തഫ.

ഉച്ചയൂണിനായി മുപ്പത്തിമൂന്നു കുരുന്നുകളും മൂന്ന് അദ്ധ്യാപകരും നിലത്ത് വിരിച്ച മെടഞ്ഞ തെങ്ങോലയിൽ ചമ്രം പടിഞ്ഞിരുന്നു.

മുറിച്ചുവെച്ച തളിരിലകളിൽ മുസ്തഫയുടെ വീട്ടുകാരി ഊണുവിളമ്പി. രമണിടീച്ചറും അവരെ സഹായിക്കാൻ തയ്യാറായി.

നെല്ലു പുഴുങ്ങിയുണക്കിയുണ്ടാക്കിയ കുത്തരി. തവിടുകളയാത്ത അരിയുടെ ബ്രൗൺ നിറത്തിലുള്ള ചോറ്. കറിയൊന്നുമില്ലെങ്കിലും കഴിക്കാം. അത്ര സ്വാദുള്ളത്.

ഒഴിച്ചുകൂട്ടാൻ മഞ്ഞൾ ചേർത്ത ചുരങ്ങാക്കറി. ഇലത്തോരൻ, പയറുപ്പേരി, കാന്താരിയും ഉള്ളിയും പുളിയും ചേർത്തുണ്ടാക്കിയ കിടിലൻ ചമ്മന്തി. കൂടാതെ നല്ല ശുദ്ധമായ മോരും.

അത്യന്തം ലളിതം. എന്നാലോ വിഭവസമൃദ്ധം. കുട്ടികളെല്ലാം മൃഷ്ടാനം തട്ടിവിട്ടു.

അവരുടെ മുഖത്ത് പുത്തൻ അനുഭവങ്ങളുടെ കൗതുകം ഒരു പുഞ്ചിരിയായി വിടർന്നു.

എല്ലാവരോടുമായി ജിനൻ മാസ്റ്റർ ചോദിച്ചു. "ഊണ് ഇഷ്ടമായോ?"

ഒരേ സ്വരത്തിൽ അവർ പറഞ്ഞു.

"കലക്കൻ ഊണ്.... വളരെ വളരെ ഇഷ്ടമായി." എന്നാൽ മുസ്തഫായ്ക്കും ഭാര്യക്കുമായി നമുക്ക് ചില നാടൻപാട്ടുകൾ പാടിക്കൊടുത്താലോ?"

കുട്ടികൾ ഏറ്റു.

"തത്തകം തിത്തകം താനാനാ...

തിത്തകം തത്തകം താനാനാ...

രമ്യയും സംഘവും നാടൻപാട്ടിന്റെ വിരുന്നൊരുക്കി. എല്ലാവരും അല്പസമയം മരത്തണലിൽ വിശ്രമിച്ചു.

“നമുക്ക് ബാക്കി കഥ കേട്ടാലോ.”

“ശരി... ശരി” കുട്ടികൾ എല്ലാവരും ചടപടാ എഴുന്നേറ്റ് വന്നു... “കാടുണ്ടാക്കിയ കഥ പറയൂ.”

മുസ്തഫ കഥയുടെ ലോകത്തേക്ക് അവരെ കൊണ്ടുപോകാൻ തയ്യാറായി.

കൃഷിപ്പണികൾ

മുസ്തഫ ഗൾഫിൽ വന്നിട്ട് ഒരാഴ്ചയോളമായി. ആദ്യത്തെ മൂന്നു ദിവസങ്ങൾ സങ്കടത്തിന്റേതും ഒറ്റപ്പെടലിന്റേതുമായിരുന്നു. നാലാം ദിവസം ശ്രീധരൻ വന്നു. അയാളുടെ സംസാരം മുസ്തഫയ്ക്ക് ബലം പകർന്നു. പിന്നെ, പതുക്കെ പുതിയ ജീവിതവുമായി അയാൾ പൊരുത്തപ്പെടാൻ തുടങ്ങി.

ഒരാഴ്ചത്തേക്കുവേണ്ട ഭക്ഷണസാധനങ്ങൾ അറബി കൊണ്ടുവന്നിട്ടുണ്ട്.

പ്രധാനമായും കുബ്ബൂസ് എന്ന് വിളിക്കുന്ന അറേബ്യൻ റൊട്ടി തന്നെ. അതിന്റെ കൂടെ ടിന്നിലടച്ച കട്ടിത്തൈരും. ചായപ്പൊടി, പഞ്ചസാര, മൈദ, കൂടാതെ കുറച്ചു പരിപ്പും ഒലീവ് ഓയിലും.

അത്യാവശ്യം അടുക്കളയിൽ പെരുമാറാൻ ഒരാഴ്ചത്തേക്ക് ഇവ ധാരാളം.

പാത്രങ്ങളും സ്റ്റൗവുമെല്ലാം നേരത്തേതന്നെയുണ്ട്. വെള്ളത്തിന്റെ ടാങ്ക്, വന്നതിന്റെ പിറ്റേദിവസം തന്നെ മുസ്തഫ കഴുകി വൃത്തിയാക്കി. വെള്ളം ടണൽ വഴി ദൂരെ എവിടെയോ നിന്ന് വരുന്നതാണ്. ശുദ്ധമായിരിക്കും എന്നുള്ളതിൽ സംശയമില്ല. എങ്കിലും കുടിക്കാനായി മുസ്തഫ മിനറൽ വാട്ടർ മാത്രം ഉപയോഗിച്ചു. ഒരു സുഹൃത്ത് കൊടുത്ത ഉപദേശമാണ്.

ഒരു ദിവസം മുസ്തഫ വീട്ടിന്റെ ഉമ്മറത്ത് വെറുതെയിരിക്കുമ്പോൾ ഒരു കാഴ്ച കണ്ടു.

രണ്ടു മാനുകൾ മരുഭൂമിയിലൂടെ നടന്നുപോകുന്നു. മുസ്തഫയ്ക്ക് സന്തോഷംകൊണ്ട് ഇരിക്കപ്പൊറുതി കിട്ടിയില്ല.

അയാൾ ഗേറ്റ് തുറന്ന് പതുക്കെ മാനുകളെ നോക്കിനിന്നു. പേടിച്ചരണ്ടപോലെയാണ് അവറ്റകളുടെ പോക്ക്. ഒരുപക്ഷേ, ഓടിച്ചവൻ പുറകെ വരുന്നുണ്ടാകും. അല്പസമയം കഴിഞ്ഞതും ഒരു കൂറ്റൻ ചെന്നായ മണൽ പറത്തിക്കൊണ്ട് പാഞ്ഞുവരുന്നതുകണ്ടു.

മുസ്തഫ ഒന്നുകൂടി ഗേറ്റ് ചേർത്തടച്ചു. ചെന്നായയുടെ പോക്കുകണ്ടപ്പോഴാണ് അറബി ഇടയ്ക്കിടെ ഗേറ്റടയ്ക്കാൻ ഓർമ്മിപ്പിച്ചതിന്റെ കാരണം അയാൾക്കു വ്യക്തമായത്.

മണൽക്കാറ്റ് വീശിയടിക്കുന്നത് കാണുമ്പോൾത്തന്നെ പേടിയാകും. മണൽക്കൂന വട്ടം ചുഴറ്റിക്കൊണ്ട് ഉയർന്നുപൊങ്ങും. ഒരു സ്ഥലത്ത് കാണുന്ന മണൽക്കൂമ്പാരം കാറ്റടങ്ങുമ്പോഴേക്കും മറ്റെവിടെയോ പോയിട്ടുണ്ടാകും.

കുറച്ചു ദിവസം കഴിഞ്ഞപ്പോൾ ശ്രീധരൻ വീണ്ടും വന്നു. അപ്പോൾ അയാളുടെ വീട് കാണാനുള്ള ആഗ്രഹം മുസ്തഫ തുറന്നു പറഞ്ഞു.

“എന്നാൽ വാ... ഇപ്പോൾത്തന്നെ പോകാം.” ശ്രീധരന്റെ കൂടെ നടക്കുമ്പോൾ താൻ കണ്ട ചെന്നായയുടെ കാര്യം മുസ്തഫ അയാളോട് പറഞ്ഞു. അപ്പോൾ ശ്രീധരൻ ചിരിച്ചുകൊണ്ടു പറഞ്ഞു. “അത് ചെന്നായയല്ല... ഇവിടെ അടുത്തുള്ള മറ്റൊരു വീട്ടിലെ അൾസേഷനാണ്. അറബികൾ വളർത്തുന്നവയാണത്. മാനുകൾ ഇടയ്ക്കിടെ വരാറുണ്ട്. പത്തുമിനിട്ട് നടന്നപ്പോഴേക്കും ശ്രീധരൻ താമസിക്കുന്ന സ്ഥലത്തെത്തി. ഒരു കൊച്ചു മരുപ്പച്ച.

മരുഭൂമിയുടെ വിജനതയിൽ സമാധാനത്തിന്റെ ഒരു കൊച്ചു തുരുത്തുപോലെ അങ്ങനെ കിടക്കുന്നു.

ശ്രീധരൻ ഗേറ്റ് തുറന്നതും, ഒരു കൂറ്റൻ അൾസേഷൻ പ്രത്യക്ഷപ്പെട്ടു. കറുത്ത ഉടലും ചുകന്ന കണ്ണുകളും തുറുനാക്കുമായി ഒരു ഭീകരൻ. ശ്രീധരനെ കണ്ടതും അത് മുട്ടിയുരുമ്മി

സ്നേഹം പ്രകടിപ്പിച്ചു. മുസ്തഫയ്ക്ക് അല്പം പേടിയുണ്ടായിരുന്നെങ്കിലും അത് പുറത്ത് കാണിച്ചില്ല. മുസ്തഫയെ പരിചയപ്പെടുത്തിക്കൊണ്ട് ശ്രീധരൻ അവനോട് കൈകൊടുക്കാൻ ആജ്ഞാപിച്ചു.

അൾസേഷൻ വാലാട്ടിക്കൊണ്ട് പതുക്കെ കൈനീട്ടി. മുസ്തഫ അവനെ ഒന്നു തൊട്ടെന്നു വരുത്തി.

“ചിണ്ടാ... പോ... പൊയ്ക്കോ..”

അത് കേൾക്കേണ്ട താമസം അൾസേഷൻ അനുസരണയോടെ വാലാട്ടിക്കൊണ്ട് പിന്തിരിഞ്ഞു നടന്നു.

ശ്രീധരന്റെ സാമ്പാറും മീൻകറിയുംകൂട്ടി മുസ്തഫ നന്നായി ഊണുകഴിച്ചു. നല്ല സ്വാദുള്ള കറികൾ. നാട്ടിലെ ഭക്ഷണത്തിന്റെ അതേ രുചി.

ശ്രീധരനും വീട്ടുകാവല്ക്കാരനാണ്. ഒഴിവുവേളകളിൽ, പച്ചക്കറികളും പഴവർഗ്ഗങ്ങളും വളർത്തലാണ് മൂപ്പരുടെ പ്രിയപ്പെട്ട വിനോദം.

ആ വീടിനു ചുറ്റുമുള്ള പച്ചപ്പ് മുസ്തഫയെ അത്ഭുതപ്പെടുത്തി. മരുഭൂമി ഇങ്ങനെയും മാറുമോ? ശ്രീധരൻ നട്ടു നനച്ചുണ്ടാക്കിയ തോട്ടം ആരെയും ഒന്ന് വിസ്മയിപ്പിക്കും.

കണ്ണിന് ആനന്ദം പകരുന്ന നിരവധി ഫലവൃക്ഷച്ചെടികളാണ് ആ തോട്ടത്തിൽ തഴച്ചുവളരുന്നത്.

റംബുട്ടാൻ, സപ്പോട്ട, പലതരം പേരയ്ക്കകൾ, ചാമ്പയ്ക്കമരങ്ങൾ, കൈതച്ചക്ക, ഉറുമാൻ, അത്തിമരം അങ്ങനെ പേരറിയുന്നതും അറിയാത്തതുമായി നിരവധി ഫലവൃക്ഷങ്ങൾ. ചിലതെല്ലാം പൂവിട്ടിട്ടുണ്ട്. ചിലത് കായ്ച്ചിട്ടുണ്ട്. നാരങ്ങയുടെ വലിപ്പമുള്ള പേരയ്ക്കകൾ മഞ്ഞനിറത്തിൽ പാകമായി നില്ക്കുന്നു.

അടുക്കള ഭാഗത്ത് തുറ്റു വളർന്ന മനോഹരമായ ഒരു പച്ചക്കറിത്തോട്ടവുമുണ്ടായിരുന്നു. വേലിക്കു പകരം മുരിങ്ങ മരങ്ങൾ നാട്ടിലേതുപോലെ നട്ടുവളർത്തിയിരിക്കുന്നു. മുരിങ്ങക്കായ വളർന്നു നില്ക്കുന്നു. പന്തൽപോലെ പടർത്തിയ കോവയ്ക്കാചെടികൾ, ഫാഷൻഫ്രൂട്ട് – ബ്രൗൺനിറത്തിലും ചുവപ്പുനിറത്തിലുമുള്ള ഫാഷൻ ഫ്രൂട്ട് തൂങ്ങിനില്ക്കുന്നു.

ഒരരികിലായി ചേമ്പ്, ചേന, കാച്ചിൽ, പടവലം, ചുരങ്ങ, മത്തൻ, കപ്പ, വെണ്ട, പച്ചമുളക് തുടങ്ങിയവയെല്ലാം അതിശയിപ്പിക്കുന്ന മികവോടെ വളർത്തിയിരിക്കുന്നു.

മുസ്തഫയുടെ നോട്ടം കണ്ട് അഭിമാനത്തോടെ ശ്രീധരൻ പറഞ്ഞു. "എന്റെ വിയർപ്പിന്റെ വിലയാണിതെല്ലാം. അല്പം മനസ്സുവെച്ചാൽ നിനക്കും ഇതൊക്കെ സാധിക്കും."

തിരിച്ച് തന്റെ താമസസ്ഥലത്ത് എത്തിയപ്പോൾ മുസ്തഫ ആ തോട്ടത്തെക്കുറിച്ചു തന്നെയായിരുന്നു ചിന്തിച്ചത്. അതുപോലുള്ള ഒരു തോട്ടം എന്തുകൊണ്ട് തനിക്കും ഉണ്ടാക്കിക്കൂടാ.

മുസ്തഫയുടെ ഉള്ളിലുള്ള കർഷകൻ ഉണർന്നു. തനിക്ക് കിട്ടിയ ഈ കൊച്ചു മരുപ്പച്ചയിൽ കൃഷി ചെയ്ത് ഇതിനെ കൂടുതൽ സുന്ദരമാക്കാം എന്ന ആശയം അയാളിൽ ഉറച്ചു.

ആദ്യശ്രമമെന്ന നിലയിൽ മണ്ണൊരുക്കലിലായി അയാളുടെ ശ്രദ്ധ. മൺവെട്ടിയും മറ്റുപകരണങ്ങളുമെല്ലാം ഗാരേജിൽ കിടക്കുന്നുണ്ട്. അവയെല്ലാം അയാൾ പൊടിതട്ടിയെടുത്തു. ദിവസത്തിൽ രണ്ടോ മൂന്നോ മണിക്കൂർ വീതം അയാൾ മണ്ണ് കൊത്തിയിളക്കാൻ തുടങ്ങി.

രണ്ടുമൂന്നുദിവസം ഭയങ്കര ശരീരവേദനയായിരുന്നു. കൈകാലുകളിലെ പേശികളിൽ നീർക്കെട്ടു വന്നു.

വേദന സഹിച്ച് അയാൾ ജോലി തുടർന്നു. ഒരാഴ്ചയ്ക്കകം അദ്ധ്വാനം അയാളെ ഉത്സാഹിയാക്കി മാറ്റിയെന്നുതന്നെ പറയാം.

കേടുവന്ന മോട്ടോർ അറബിയുടെ മകനെക്കൊണ്ട് റിപ്പയർ ചെയ്യിപ്പിച്ചു.

താനുണ്ടാക്കാൻ ഉദ്ദേശിക്കുന്ന തോട്ടത്തെക്കുറിച്ച് അറബിയുടെ മകനുമായി ആശയവിനിമയം നടത്തി. വിത്തുകളും വളങ്ങളും അറബിയുടെ മകൻ പിക്കപ്പിൽ കൊണ്ടുവന്നു.

ശ്രീധരനുമായി സംശയങ്ങൾ പങ്കുവെച്ചു. ഓരോ വിത്തും നടേണ്ടവിധം, ഫലവൃക്ഷങ്ങൾക്കിടയിലുള്ള അകലം എന്നിവയെക്കുറിച്ചെല്ലാം ശ്രീധരന് നല്ല ധാരണയുണ്ടായിരുന്നത് ഏറെ സഹായകരമായി.

മണ്ണിനു നല്ല ഈർപ്പം ആവശ്യമായതിനാൽ എന്നും രാവിലെ കിളച്ചു പരുവപ്പെടുത്തിയ മണ്ണിൽ മുസ്തഫ നന്നായി നനച്ചു. മണലിന്റെ ആവരണം മുകൾഭാഗത്താണ്. അടിയിൽ കറുത്തുറഞ്ഞ മണ്ണ്. അതിന് നന്നായി വെള്ളം കിട്ടിയപ്പോൾ കൃഷി ചെയ്യാൻ പറ്റിയതായി.

ആദ്യം വിത്തുകൾ മുളപ്പിച്ചെടുക്കണം ഒരു ചാക്കിന്റെ കഷണം നിലത്ത് വിരിച്ച് നനഞ്ഞ മണ്ണു നിരത്തി വിത്തുകൾ അതിൽ പാകി. വെയിൽ നേരിട്ട് തട്ടാത്ത ഭാഗത്തുവെച്ചു.

മൂന്നു നാലു ദിവസങ്ങൾക്കകം വിത്തുകൾ ഓരില ഈരില കളായി മുളച്ചു നിവർന്നു തുടങ്ങി. മൂന്നിലകളെങ്കിലും കിളിർത്ത തിനുശേഷമേ മുളപ്പിച്ച വിത്തുകൾ നടാൻ പാകമാവൂ. ഒരാഴ്ച യ്ക്കകം എല്ലാം മുളച്ചു.

പിന്നെ, ഓരോന്നിനും കണക്കാക്കിയ സ്ഥലങ്ങളിൽ ഒന്നൊ ന്നായി നട്ടു, വെള്ളമൊഴിച്ചു.

തുടക്കത്തിൽ അല്പം ചാണകപ്പൊടിയും വേപ്പിൻ പിണ്ണാക്കും മിശ്രിതമാക്കി മണ്ണിൽ വിതറി. എന്നും ചെറുതായി നനച്ചു. ഓരോ ദിവസവും ഉണർന്നെഴുന്നേറ്റാൽ ഉത്സാഹമാണ്. അവരൊക്കെ എത്രത്തോളം വളർന്നിട്ടുണ്ട്. പുതിയ ഇലകൾ വന്നോ, തണ്ടിന് നീളം കൂടുന്നുണ്ടോ? ഒരു തപസിന്റെ ഏകാ ഗ്രതയായിരുന്നു പിന്നീട് മുസ്തഫയുടെ ഓരോ ദിവസത്തിനും. ചിട്ടയോടെയുള്ള പരിചരണത്താൽ ഓരോ ചെടിയും പതിയെ വളർന്നുതുടങ്ങി. കീടങ്ങളുടെ ശല്യമൊഴിവാക്കാൻ പുകയിലയും വെളുത്തുള്ളിയും ചേർത്ത മിശ്രിതം ഇലകളിൽ അല്പാല്പം സ്പ്രേ ചെയ്തു.

ഓരോ ചെടിയിലും ശാഖകൾ വന്നു. ഉപശാഖകൾ വിടർന്നു. ആദ്യം പൂവിട്ടത് കോവയ്ക്കയാണ്. അവനായി ഒരു കൊച്ചു പന്ത ലിട്ടു കൊടുത്തിട്ടുണ്ട്.

പിന്നെ, ഓരോരുത്തരുടെയും ഊഴമായി. വെണ്ടയും വഴു തനങ്ങയും കയ്പയും പൂവിട്ടു. കുഞ്ഞുകായകൾ.

മാസങ്ങൾക്കകം ഫലവൃക്ഷങ്ങളും വളർന്ന് കരുത്തരാകാൻ തുടങ്ങി.

ഒരു വർഷം കടന്നുപോയപ്പോഴേക്കും അറബിയുടെ ഉടമസ്ഥതയിലുള്ള വരണ്ടുണങ്ങിയ ആ മണ്ണ്. ഒരു പൂങ്കാവനമായി മാറിയിരുന്നു. ഫലവൃക്ഷങ്ങളുടെ സമൃദ്ധിതന്നെ ഉണ്ടായി. മിക്ക ഫലവൃക്ഷങ്ങളും കായ്ച്ചു തുടങ്ങി. അതോടെ എവിടെ നിന്നെല്ലാമോ വിരുന്നുകാർ വന്നുചേർന്നു. പലതരം കിളികൾ, ശലഭങ്ങൾ എന്നിവർ.

തണലും സുഗന്ധവും എങ്ങും നിറഞ്ഞു. അറബി അഭിമാനത്തോടെ സുഹൃത്തുക്കളെ കാഴ്ച കാണിക്കാൻവേണ്ടി കൊണ്ടുവന്നു.

മുസ്തഫയോട് എല്ലാവർക്കും വല്ലാത്ത മതിപ്പു തോന്നിത്തുടങ്ങി.

വിളവ് നൂറുമേനി

മരുഭൂമിയിൽ മുസ്തഫ വിളയിച്ചെടുത്ത ഫലവൃക്ഷത്തോട്ടം ഒരു വീഡിയോ ക്ലിപ്പിലൂടെ അറബിയുടെ മകൻ വൈറലാക്കി. അറേബ്യൻ രാജ്യങ്ങളിൽ മാത്രമല്ല ഇങ്ങ് കേരളത്തിൽവരെ പതിനായിരങ്ങൾ ആ വീഡിയോ കണ്ടു. പലരും അതു ഷെയർ ചെയ്തു.

വിവരമറിഞ്ഞ് വിദ്യാർത്ഥികളും മറ്റും ആ തോട്ടം കാണാൻ വരാനും തുടങ്ങി.

അറബ് ചാനലിൽ മുസ്തഫയുമായുള്ള ഒരു ഇന്റർവ്യൂ ടെലികാസ്റ്റു ചെയ്യുകയുണ്ടായി. മുസ്തഫയുടെ സ്പോൺസർ എന്ന നിലയിലും തോട്ടമുടമ എന്ന വകുപ്പിലും അറബി പേരെടുത്തു.

അധികം വൈകാതെ അൽ-ജസീറ എന്ന അറബ് ചാനലിലും മുസ്തഫയുടെ തോട്ടം വന്നു.

ഇതോടെ ഫോൺ കോളുകളുടെ പ്രവാഹമായി. മുസ്തഫയ്ക്ക് അഭിനന്ദനങ്ങൾ അറിയിച്ചുകൊണ്ടും മരുഭൂമിയിൽ കൃഷിചെയ്ത് വിജയിപ്പിച്ച രീതി പകർന്നുകൊടുക്കാൻ വേണ്ടിയും.

മുസ്തഫ ആരെയും നിരാശപ്പെടുത്തിയില്ല. തനിക്കറിയാവുന്ന എല്ലാ വിവരങ്ങളും ആളുകൾക്ക് വിവരിച്ചു കൊടുത്തു. മാത്രമല്ല തനിക്ക് എല്ലാ സഹായവും ചെയ്തുതന്ന ശ്രീധരനെ

ക്കുറിച്ചും പറഞ്ഞു. ശ്രീധരനാണ് ഒന്നുമറിയാത്ത തനിക്ക് കൃഷിയുടെ ബാലപാഠങ്ങൾ പകർന്നുതന്നത് എന്ന കാര്യവും മുസ്തഫ മറച്ചുവെച്ചില്ല.

അദ്ധ്വാനിക്കാനുള്ള മനസ്സും ക്ഷമയും പിന്നെ അല്പം ഭാഗ്യവും കൂടെയുണ്ടെങ്കിൽ എവിടെയും കൃഷി സാദ്ധ്യമാകും എന്നുതന്നെ മുസ്തഫ എല്ലാവരോടും പറഞ്ഞു.

മുസ്തഫയുടെ കൈമെയ് മറന്നുള്ള അദ്ധ്വാനം വലിയൊരു സൗഭാഗ്യമായിത്തീർന്നു എന്നു പറയുന്നതാകും ശരി.

ശമ്പളത്തിൽ ഇരട്ടിയോളം വർദ്ധനവാണ് അറബി വരുത്തിയത്. സാധാരണ ലഭിച്ചിരുന്നതിന്റെ ഇരട്ടിയായി ലഭിച്ചത് അയാൾക്ക് വലിയൊരു നേട്ടമായിത്തീർന്നു. നാട്ടിൽ ബാദ്ധ്യതകൾ ഏറി വരികയാണ്.

ശമ്പളത്തിന്റെ വർദ്ധനവു മാത്രമല്ല മറ്റൊരു ഗുണംകൂടി മുസ്തഫയ്ക്കുണ്ടായി. മുസ്തഫയ്ക്കു കീഴിൽ തോട്ടം നനയ്ക്കാനും അടുക്കളപ്പണി ചെയ്യാനുമായി മറ്റൊരു മലയാളിയെക്കൂടി അറബി നിയോഗിച്ചു.

അതോടെ മുസ്തഫയുടെ ജോലി വെറും മേൽനോട്ടം മാത്രമായി മാറി.

ഇതിനൊക്കെ കാരണം മുസ്തഫയുടെ പേരും പ്രശസ്തിയുമായിരുന്നു. നേരിട്ടും അല്ലാതെയും മുസ്തഫയെ വിട്ടുകൊടുക്കാൻ ഒരുപാട് സുഹൃത്തുക്കളും വ്യവസായികളും അറബിയോടു നിരന്തരം ആവശ്യപ്പെട്ടുകൊണ്ടിരുന്നു.

പക്ഷേ, അറബി അതിന് സന്നദ്ധനായില്ല. തനിക്കു വന്നു ചേർന്ന പേരും പെരുമയും മുസ്തഫ കൊണ്ടുവന്നതാണെന്ന ഉറച്ച വിശ്വാസത്തിലായിരുന്നു അയാൾ

* * * * *

മുസ്തഫ നാട്ടിൽനിന്ന് വന്നിട്ട് രണ്ട് വർഷത്തിനോടടുക്കുന്നു. പറഞ്ഞുറപ്പിച്ച വിവാഹത്തിന്റെ തീയതി നിശ്ചയിച്ചിട്ടുണ്ട്. പെങ്ങളുടെയും മുസ്തഫയുടെയും ഒരുമിച്ചുള്ള വിവാഹം ഒരേ പന്തലിൽവെച്ചു നടക്കാൻ പോവുകയാണ്.

ലീവ് അനുവദിക്കുന്നത് അറബിയെ സംബന്ധിച്ചിടത്തോളം

ഏറെ മനഃപ്രയാസമുണ്ടാക്കുന്ന ഒരു കാര്യമായിരുന്നു. മുസ്തഫ പോയാൽ തോട്ടത്തിന്റെ പരിചരണം വേണ്ടത്ര ശ്രദ്ധിക്കാൻ ആളുണ്ടാവില്ല. അയാൾക്ക് പകരം നില്ക്കാൻ പറ്റുന്ന ഒരാളെയും കണ്ടെത്താൻ ഇന്നേവരെ അറബിക്ക് കഴിഞ്ഞിട്ടില്ല. തല്ക്കാലത്തേക്ക് ഒരാളെ നിശ്ചയിച്ചുവെങ്കിലും അയാൾ വേണ്ടത്ര കാര്യപ്രാപ്തിയുള്ള ആളല്ല. ഇതൊക്കെയായിരുന്നു അറബി ചിന്തിച്ചത്.

എങ്കിലും മുസ്തഫയുടെ ജീവിതത്തിലെ ഏറ്റവും പ്രധാനപ്പെട്ട ഒരു കർമ്മം നടക്കുകയാണ്. അയാളെ പറഞ്ഞയക്കാതെ വയ്യ.

അയാൾ ധർമ്മസങ്കടത്തിലായി. നാട്ടിലെത്തി മുസ്തഫ തിരിച്ചുവരാതിരുന്നാൽ എന്തുചെയ്യും? മറ്റാരെങ്കിലും കൂടുതൽ വാഗ്ദാനങ്ങൾ നല്കി അയാളെ കൊണ്ടുപോകില്ലെന്ന് എന്താണുറപ്പ്.

മറ്റെന്ത് പോംവഴി? അറബി തലപുകഞ്ഞാലോചിച്ചു. ഒടുവിൽ അയാൾ ഒരു തീരുമാനത്തിലെത്തി.

മുസ്തഫയുടെ കല്യാണത്തിൽ പങ്കെടുക്കാൻവേണ്ടി കേരളത്തിലേക്കു പോവുക. കുറച്ചുകാലമായി അലട്ടിക്കൊണ്ടിരിക്കുന്ന പുറംവേദനയ്ക്ക് ചികിത്സയും ആവാം.

വിവരമറിഞ്ഞ് മുസ്തഫയ്ക്കും ഏറെ സന്തോഷമായി. മുസ്തഫ, കോട്ടയ്ക്കൽ ആര്യവൈദ്യശാലയിൽ ചികിത്സിക്കാൻ വേണ്ട ഏർപ്പാടുകൾ ചെയ്തു.

മാർച്ച് 21-ാം തീയതി വ്യാഴാഴ്ച ദിവസം മുസ്തഫയേയും അയാളുടെ കഫീലിനേയും വഹിച്ചുകൊണ്ട് സൗദി എയർ ലൈൻസിന്റെ ഒരു ബോയിങ് വിമാനം ഉച്ചകഴിഞ്ഞ് 3 മണിക്ക് പത്തുമിനിട്ടുള്ളപ്പോൾ കോഴിക്കോട് കരിപ്പൂർ എയർപോർട്ടിൽ വന്നുചേർന്നു.

കസ്റ്റംസ് പരിശോധനകളും മറ്റും കഴിഞ്ഞ് അവർ പുറത്തേക്കു വന്നു.

മുസ്തഫയുടെ ഉമ്മയും പെങ്ങളും അമ്മാവനുമെല്ലാം പുറത്ത് കാത്തിരിക്കുന്നുണ്ടായിരുന്നു.

എല്ലാവരുടെയും മുഖത്ത് അതിരറ്റ സന്തോഷം. ഉമ്മ, മുസ്തഫയെ കെട്ടിപ്പിടിച്ചു. അറബിഭാഷ നന്നായിട്ട് അറിയാമായിരുന്ന അമ്മാവൻ കഫീലുമായി കുശല പ്രശ്നങ്ങൾ നടത്തി.

അറബിയെ വരവേല്ക്കാനായി നാട്ടിലുള്ള പലരും മുസ്തഫയുടെ വീട്ടിൽ കാത്തുനില്ക്കുന്നുണ്ടായിരുന്നു.

കാറിൽ നിന്നിറങ്ങിയതും അറബി എല്ലാവർക്കും നേരെ കൈകൂപ്പി. കുശലപ്രശ്നങ്ങൾക്കുശേഷം മുസ്തഫ അറബിയേയും കൂട്ടി നേരെ നടന്നു. തറവാട്ടു വകയായുള്ള പഴയ കുളത്തിലേക്ക്. അധികം ആരും പെരുമാറാത്തതുകൊണ്ടാവാം. പച്ചപ്പായൽ മൂടിക്കിടക്കുന്നു. പായൽ ഒരരികിലേക്ക് നീക്കിയപ്പോൾ സ്ഫടികംപോലെ ശുദ്ധമായ ജലം. അറബിയുടെ വായിൽനിന്നും സന്തോഷസൂചകമായ എന്തോ ഒരു വാക്ക് പുറത്തേക്ക് വന്നു.

അറബി കുളത്തിന്റെ പടവുകളിൽ ഇരുന്ന് ഒന്നു മുങ്ങി... കുളത്തിന്റെ പരപ്പിലേക്ക് നീന്തിച്ചെല്ലാൻ എത്ര പറഞ്ഞിട്ടും അറബി തയ്യാറായില്ല.

“കടലിൽവരെ ചാടിക്കുളിക്കുന്ന കക്ഷിയാണ്. എന്ത് പറ്റിയോ ആവോ,” മുസ്തഫ സ്വയം പറഞ്ഞു.

മുസ്തഫ, ഒരു മുങ്ങൽ വിദഗ്ദ്ധനെപ്പോലെ കുളത്തിൽ അപ്രത്യക്ഷനായി. അറബി അന്തംവിട്ട് നോക്കി നില്ക്കുമ്പോൾ പായൽമൂടിയ തലയുമായി അക്കരെയാണ് മുസ്തഫ പൊങ്ങിയത്. അറബി കുലുങ്ങിച്ചിരിച്ചു. മുസ്തഫ തലയിലെ പായൽ ത്തൊപ്പിയെടുത്ത് ദൂരെക്കളഞ്ഞു.

കുറേസമയം കഴിഞ്ഞാണ് അവർ വീട്ടിലേക്ക് മടങ്ങിയെത്തിയത്. വീട്ടിലെത്തിയതും ഒന്നുരണ്ടുപേർ അവരെക്കാണാൻ കാത്തുനില്ക്കുന്നു. കൂടെ പഠിച്ചവരാണ്. ഒരാളുടെ കൈവശം പച്ച ഈർക്കിലിൽ കോർത്ത, പിടയ്ക്കുന്ന കരിമീനുകൾ... പുഴയിൽനിന്നും പിടിച്ചു കൊണ്ടു വരികയാണ്. മുസ്തഫയുടെ നാട്ടിലെ സുഹൃത്താണ് അശോകൻ.

അശോകനെ കണ്ടതും ചേർത്തുപിടിച്ച് മുസ്തഫ സ്നേഹം പ്രകടിപ്പിച്ചു.

“നീ വന്നു എന്നറിഞ്ഞപ്പോൾ എന്റെ വക എന്തെങ്കിലും കോള് തരാൻ ഒരു പൂതി. അങ്ങനെ പുഴയിൽ പോയി വലയിട്ടു. ഇപ്പോൾ പിടിച്ച മീനാ.”

മുസ്തഫ മീൻ വാങ്ങി അകത്തു കൊണ്ടുപോയി കൊടുത്തു. അശോകൻ പിന്നെ വരാമെന്ന് പറഞ്ഞ് പോയി.

* * * *

മുസ്തഫയുടെയും പെങ്ങളുടെയും വിവാഹം കെങ്കേമമായി നടന്നു. എല്ലാറ്റിനും ഒരു കാരണവരെപ്പോലെ അറബിയുണ്ടായിരുന്നു.

വിവാഹശേഷം മുസ്തഫ ഏല്പിച്ച ഒരു വിശ്വസ്തന്റെ കൂടെ അറബി കോട്ടയ്ക്കൽ ആര്യവൈദ്യശാലയിലേക്ക് പോയി. ഏറെക്കാലമായി അയാളെ അലട്ടുന്ന മുട്ടുവേദന കാണിക്കലായിരുന്നു ലക്ഷ്യം.

ഡോക്ടറെ നേരത്തെ ബുക്ക് ചെയ്തിട്ടുണ്ടായിരുന്നു.

കാട്ടിനുള്ളിലെ കാഴ്ചകൾ

പരിസരം മറന്ന് കഥ കേൾക്കുകയായിരുന്നു ജിനൻ മാസ്റ്ററും കുട്ടികളും.

അവിശ്വസനീയമായ ഒരു കഥ. മരുഭൂമിയെ പച്ചപിടിപ്പിച്ച ഇന്ദ്രജാലക്കാരന്റെ കഥ. വാക്കുകൾക്ക് എന്തൊരു സൗന്ദര്യമാണ്?

അത് കേൾക്കുമ്പോൾ മനസ്സിന് എന്തൊരു ധൈര്യമാണ് ലഭിക്കുന്നത്?

മെലിഞ്ഞ്, നീണ്ട ഈ മനുഷ്യനാണോ തീക്കാറ്റടിക്കുന്ന മരുഭൂമിയിൽ ഹീറോ ആയി മാറിയത്? ആർക്കും വിശ്വസിക്കാൻ സാധിക്കാത്ത കഥ തന്നെ.

ജിനൻ മാഷ് അപ്പോഴാണ് അന്ധാളിപ്പോടെ വാച്ചിലേക്ക് നോക്കിയത്.

സമയം അഞ്ചുമണികഴിഞ്ഞ് ഇരുപതുമിനിട്ടായിരിക്കുന്നു. അഞ്ചുമണിക്ക് തിരിച്ചെത്താം എന്നു കരുതിയിരുന്നതാണ്. കുട്ടികളുടെ രക്ഷിതാക്കൾ പരിഭ്രമിക്കും.

വെപ്രാളത്തോടെ ജിനൻ മാഷ് കുട്ടികളോടായി പറഞ്ഞു. “ഈ കഥ കേൾക്കാനും കാടിന്റെ ബാക്കി കാണാനും നമുക്ക് നാളെയും വരാം... എന്താ” കുട്ടികൾക്ക് സന്തോഷമായി.

“താങ്ക്യൂ സർ...” അവർക്ക് കഥയുടെ ബാക്കികൂടി കേൾക്കാൻ നല്ല കൊതിയുണ്ടായിരുന്നു.

മങ്ങിയ വെളിച്ചം, കാട്ടിനുള്ളിൽ ഇരുട്ടിന്റെ ആവരണം പുതപ്പിച്ചു തുടങ്ങി. തീറ്റയുമായി തിരിച്ചെത്തിയ കിളികൾ സംഘഗാനം തുടങ്ങിക്കഴിഞ്ഞു.

കുട്ടികളെയുംകൂട്ടി ജിനൻമാസ്റ്റർ മടക്കയാത്രയ്ക്ക് ഒരുങ്ങാൻ തുടങ്ങി. മുസ്തഫ എല്ലാവരോടുമായി പറഞ്ഞു.

“നാളെ നമുക്ക് കാട്ടിനുള്ളിലേക്ക് പോകാം. ബാക്കി കഥ പറയുകയുമാവാം... നേരത്തെതന്നെ പോന്നോളൂ.”

എല്ലാവരും അദ്ദേഹത്തിനുനേരെ കൈകൂപ്പി. “ഞങ്ങൾ നാളെ നേരത്തേ വരാം.”

“ശരി... ഞാൻ കാത്തിരിക്കാം.” മുസ്തഫ പുഞ്ചിരിയോടെ അവരെ യാത്രയാക്കി.

“കാട്ടിനുള്ളിലേക്ക് നമ്മൾ ഇനിയും കടന്നിട്ടില്ല. നാളെ കാട് കണ്ട്, കഥയും കേട്ട് നടക്കാം. ല്ലേ.”

“അതെ... കാട് കാണുന്നതിനും വലുത് ആ കഥ തന്നെയാണ് സാറേ..” ദേവികയുടെ നീട്ടിയുള്ള സംസാരം എല്ലാവരിലും ചിരിയുണർത്തി.

തിരിച്ചുപോകാനായി ബസിൽ കയറിയവരെല്ലാം പുറത്തു കാത്തുനിന്ന മുസ്തഫയ്ക്കു നേരെ കൈവീശിക്കാണിച്ചു.

അവരുടെ മനസ്സിൽ, മാനംമുട്ടെ പടർന്നുപന്തലിച്ച വലിയൊരു മരമായി വളർന്നിരിക്കുന്നു ആ മനുഷ്യൻ... മരങ്ങൾക്കു വേണ്ടി, കാടിനുവേണ്ടി, പ്രകൃതിക്കു വേണ്ടി, ഇത്രമാത്രം ത്യാഗം സഹിച്ച ഒരു ജീവിതം ഉണ്ടാകുമോ?

“ഇവരൊക്കെയാണ് നമുക്ക് മാതൃകയാകേണ്ടത്...” രമണി ടീച്ചർ, എല്ലാവരും കേൾക്കെ പറഞ്ഞു.

“തീറ്റ മത്സരത്തിൽ വിജയിച്ചവർക്ക് ലൈക്കടിക്കാൻ കാത്തു നില്ക്കുന്നവരാണ് ഈ ലോകത്ത് കൂടുതലും. ഇത്തരം മാതൃകാ വ്യക്തികൾ ലോകമറിയാതെ പോകുന്നു.”

“ശരിയാണ്. ടീച്ചറേ.” ജിനൻ മാസ്റ്റർ ശരിവെച്ചു കൊണ്ടു പറഞ്ഞു. “തെറ്റു ചെയ്തവനെ തലയിലേറ്റുന്നതും ശരി ചെയ്തവനെ തള്ളിപ്പറയുന്നതും ഇപ്പോൾ ലോകത്തെ സ്ഥിരം കാഴ്ചകളാണ്.” അല്പം നിർത്തി ജിനൻ മാസ്റ്റർ തുടർന്നു.

"നമ്മൾ പോയതും കേട്ടതും അനുഭവിച്ചതുമായ അനുഭവങ്ങൾ, നിങ്ങൾ മനോഹരമായ ഒരു കുറിപ്പായി എഴുതണം. മികച്ചവയ്ക്ക് നല്ല സമ്മാനങ്ങൾ നിങ്ങൾക്കുറപ്പിക്കാം."

കുട്ടികളെല്ലാം ഉച്ചത്തിൽ കൈയടിച്ചു.

അരമണിക്കൂറിനകം സ്കൂളിൽ എത്തിച്ചേർന്നു. രക്ഷിതാക്കളിൽ ചിലർ സ്കൂളിലെത്തിയിട്ടുണ്ട്. കുട്ടികളുടെ രക്ഷിതാക്കളുടെ വാട്സ്ആപ്പ് ഗ്രൂപ്പിൽ വൈകിയെത്തുന്ന കാര്യം ജിനൻ മാസ്റ്റർ അറിയിച്ചിരുന്നു. രാവിലെ എട്ടുമണിക്കുതന്നെ യാത്രയ്ക്കായി സ്കൂളിലെത്താൻ ജിനൻ മാസ്റ്റർ എല്ലാവരെയും ഒരിക്കൽക്കൂടി ഓർമ്മിപ്പിച്ചു.

* * * *

ഹെഡ്മാസ്റ്ററുടെ പ്രത്യേകാനുമതിയോടെ രണ്ടാമത്തെ ദിവസം നേരത്തേതന്നെ എല്ലാവരും എത്തിച്ചേർന്നു.

ഉച്ചഭക്ഷണം എല്ലാവരും കരുതിയിരുന്നു.

ഗേറ്റിനരികിലുള്ള ബെല്ലടിച്ചതും മുസ്തഫ നിറപുഞ്ചിരിയുമായി അവരെ സ്വാഗതം ചെയ്തു.

"വരൂ... എല്ലാവരും."

"ഇന്നലെത്തേതിലും കൂടുതലാളുകളുണ്ട് ഇന്ന്"- ജിനൻ മാസ്റ്റർ സന്തോഷത്തോടെ പറഞ്ഞു.

"ആയിക്കോട്ടെ..." അദ്ദേഹം എല്ലാവരെയും കാട്ടിനകത്തേക്ക് ആനയിച്ചു.

കൃത്യമായ അകലം പാലിച്ചു നട്ടുനനച്ചുണ്ടാക്കിയ കാട്ടുമരങ്ങളുടെ സുന്ദരമായ കാഴ്ച.

വള്ളികളാൽ ചുറ്റിപ്പിണഞ്ഞുകിടക്കുന്ന മരക്കൂട്ടങ്ങൾ. നിലത്ത് ഉണക്കയിലകൾ മെത്തപോലെ കനത്തുകിടക്കുന്നു. മുളങ്കാടുകൾ, സംഘഗാനമാലപിക്കുന്നു. അങ്ങനെ അവരെല്ലാം കൂട്ടംകൂടി നടക്കുമ്പോൾ ഒരു മരംചൂണ്ടി മുസ്തഫ ചോദിച്ചു: "ഈ മരത്തെ പരിചയമുണ്ടോ?" എല്ലാവരും പരസ്പരം നോക്കി കൈമലർത്തി.

"ആർക്കുമറിയില്ല അല്ലേ..."

ഒരു കൊച്ചുപെൺകുട്ടിയെ ചൂണ്ടി അദ്ദേഹം പേരു തിരക്കി: "എന്താ മോളുടെ പേര്?"

"രേണുക"

"രേണുകയും ഈ മരവും തമ്മിൽ ബന്ധമുണ്ട്."

എല്ലാവരും ഒന്നമ്പരന്നു.

രേണുകയും മരവും തമ്മിൽ എന്തു ബന്ധം?

ജിനൻ മാഷും രമണി ടീച്ചറും ആലോചിച്ചു തല പുകഞ്ഞു.

"ഞാൻ തന്നെ പറയാം." പുഞ്ചിരിയോടെ മുസ്തഫ പറഞ്ഞു. "രേണുക, നെറ്റിയിൽത്തൊട്ട ഈ ചന്ദനക്കുറിയില്ലേ... ഈ മരത്തിൽ നിന്നാണ് ചന്ദനക്കുറിയുണ്ടാക്കുന്നത്."

"ചന്ദനം..." ജിനൻ മാഷ് പൊട്ടിച്ചിരിച്ചു.

"അതെ. ഇത് വളർത്തുന്നത് നിയമവിരുദ്ധമാണ്. ഗവൺമെന്റ് അനുമതിയില്ലാതെ വളർത്താനോ വില്ക്കാനോ പാടില്ല.

ഇവിടെ എങ്ങനെവന്നു എന്ന സംശയമുണ്ടാകും നിങ്ങൾക്ക്. ഇവിടെ തനിയേ വളർന്നതാണ്. 'കാലമുളയ്ക്കുക' എന്നുപറയും. പക്ഷിമൃഗാദികളിൽ നിന്നുണ്ടാകുന്ന വിസർജ്ജ്യങ്ങളിൽനിന്നും മുളച്ചതാകാം."

"അതെ." ജിനൻ മാസ്റ്റർ കൂട്ടിച്ചേർത്തു. "വീരപ്പനെപ്പോലുള്ള കുപ്രസിദ്ധരായ കൊള്ളക്കാരുടെ പ്രിയപ്പെട്ട മരമാണിത്. ഒരു ലക്ഷണമൊത്ത ചന്ദനമരത്തിന് പൊതുമാർക്കറ്റിൽ ലക്ഷങ്ങൾ വില കിട്ടും."

"ഇതിന് മറ്റെന്തെല്ലാം ഉപയോഗങ്ങളുണ്ട്?" രമ്യ ചോദിച്ചു.

"സോപ്പുകൾ, സുഗന്ധ ലേപനങ്ങൾ എന്നിവ നിർമ്മിക്കാൻ ചന്ദനം ഉപയോഗിക്കുന്നു. മാത്രമല്ല പ്രമുഖർ മരിച്ചുകഴിഞ്ഞാൽ ചന്ദനമുട്ടിയിൽ വെച്ച് തീ കൊളുത്തണം എന്ന ഒരു വിശ്വാസവുമുണ്ട്..." "ഓ... അതു ശരി.." രമ്യ പറഞ്ഞു. അവർ കാടിന്റെ നിബിഢതയുള്ള ഭാഗത്തേക്ക് പ്രവേശിച്ചുകഴിഞ്ഞിരുന്നു.

പച്ചനിറത്തിന്റെ ആഘോഷമാണ് ചുറ്റിലും. സമയം പത്തുമണി പോലുമായിട്ടില്ല.

കാട്ടിനുള്ളിൽ കാര്യമായ വെളിച്ചം ഇപ്പോഴുമില്ല. പരസ്പരം ഉരുമ്മി വളരുന്ന ഇലകൾ സൂര്യപ്രകാശത്തിന്റെ വഴി തടയുന്നു. ഇടയിലൂടെ നൂണ് കടക്കുന്ന സൂര്യരശ്മികൾ നിലത്ത്, വെയിലിന്റെ കുഞ്ഞുമുട്ടകൾ ചിതറിയിടുന്നു.

പക്ഷികളുടെ ഇടവിട്ടുള്ള കരച്ചിൽ കാട്ടിനുള്ളിൽ തളംകെട്ടി നിന്ന മൗനത്തെ ഉടയ്ക്കുന്നു. ഒരിക്കലും കണ്ടിട്ടില്ലാത്ത മനോഹരമായ ചിറകുകളുമായി പലതരം വനശലഭങ്ങൾ പാറിപ്പറക്കുന്നു. കാട്ടുപൊന്തകളിൽനിന്നും തള്ളിപ്പോകുന്ന പഞ്ഞിക്കെട്ടുകൾപോലുള്ള കാട്ടുമുയലുകൾ.

"നടന്ന്, നടന്ന് എല്ലാവരും ക്ഷീണിച്ചിരിക്കുന്നു. ദാഹമുണ്ടാകും.... അല്ലേ."

തൊട്ടടുത്തുള്ള ഒരു പറങ്കിമാവിൽ കയറി മുസ്തഫ ഒന്നു കുലുക്കിയതേയുള്ളൂ.

മഞ്ഞയും ചുകപ്പും നിറത്തിലുള്ള പറങ്കിമാങ്ങകൾ ചടപടാ വീണു.

നല്ല തുടുത്ത മാങ്ങകൾ ഓരോരുത്തർക്കും രണ്ടെണ്ണം വീതം നല്കിയിട്ട് അദ്ദേഹം പറഞ്ഞു. "ദാഹം മാറ്റാൻ ഇനി മറ്റെങ്ങും പോവേണ്ട."

രണ്ട് പറങ്കിമാങ്ങകൾ ചവച്ച് നീര് കുടിച്ചപ്പോഴേക്കും എല്ലാവരുടെയും ദാഹം മാറി.

"വരൂ. നല്ലൊരു കാഴ്ച കാണാം." മുസ്തഫ പറഞ്ഞു. അല്പദൂരം നടന്നപ്പോഴേക്കും ഒരു ചെറിയ പാറക്കൂട്ടം അവരുടെ ശ്രദ്ധയിൽപ്പെട്ടു.

കറുപ്പുനിറത്തിൽ കുത്തനെ വളർന്ന ഒരു പാറ. അതിനു ചുറ്റുമായി ചെറിയ പാറക്കൂട്ടങ്ങൾ.

കൂറ്റൻ പാറയുടെ മുകൾഭാഗത്തേക്ക് കൈകൊണ്ട് ചൂണ്ടി അയാൾ ചോദിച്ചു. "അവിടെ എന്തെങ്കിലും കാണുന്നുണ്ടോ?"

"തേൻ കൂടാണോ?"

അതെ അത് തേനട്ടിയാണ്. അത് ആ പാറയുടെ മുകളിൽ കയറിയെടുക്കാൻ കഴിയില്ല. അതിനായി ഒരു സൂത്രമുണ്ട്.

അരികിലുള്ള ഒരു മരക്കൊമ്പിൽനിന്ന് കൈയെത്തിച്ച്- മുസ്തഫ മുളകൊണ്ടുണ്ടാക്കിയ ഒരു അമ്പും വില്ലുമായി വന്നു. എന്നിട്ട് ചുരുട്ടിവെച്ച നാരിന്റെ ഒരറ്റം അമ്പിന്റെ ചുവട്ടിൽ കുരുക്കിക്കെട്ടി. അത് തേനട്ടിയെ ലാക്കാക്കി എയ്തു.

കൃത്യം! ആ അമ്പ് തേനട്ടിയിലേക്ക് തറഞ്ഞുകയറി.

അമ്പിന്റെ മുകളിൽ കെട്ടിയിരുന്ന നൂലിന്റെ ഇങ്ങേയറ്റം അയാൾ ഒരു മുളങ്കുറ്റിയിൽ കെട്ടി. അതിനരികിൽ ഒരിലക്കുമ്പിളും വെച്ചുകൊടുത്തു.

ആ മുളങ്കുറ്റിയിലേക്ക് അല്പസമയത്തിനകം തേൻ പ്രവഹിക്കാൻതുടങ്ങി. ഒരു മുളങ്കുറ്റി നിറഞ്ഞപ്പോൾ മറ്റൊന്ന് വെച്ചു. നിറഞ്ഞ മുളങ്കുറ്റിയിൽനിന്ന് ഇളംചൂടുള്ള തേൻ കുട്ടികൾക്ക് പകർന്നുകൊടുത്തു. കാട്ടുതേനിന്റെ വീര്യമുള്ള സ്വാദിൽ അവർ എല്ലാം മറന്നു.

എല്ലാവരും ചുറ്റും കൂടിയിരിക്കുകയായിരുന്നു. അപ്പോൾ, എന്തോ മറന്നത് ഓർമ്മിക്കുന്നതുപോലെ പ്രവീൺ ജിനൻ മാസ്റ്ററോട് പറഞ്ഞു.

“സർ... ബാക്കി കഥ പറയാമെന്ന് പറഞ്ഞിട്ട് മറന്നോ?”

“ഇല്ല. മറന്നില്ല. കഥ പറയാനാണ് നമ്മൾ ഇവിടെ ഇരുന്നത്.”

ബാക്കി കഥയിലേക്ക് പോകാം.”

എല്ലാവരും കാത് കൂർപ്പിച്ചിരുന്നു.

അറബിയുടെയും മുസ്തഫയുടെയും ജീവിതകഥയിലെ ബാക്കി കേൾക്കാൻ. കാട് നട്ടുപിടിപ്പിച്ച കഥ കേൾക്കാൻ.

വിട പറയുമ്പോൾ

മുപ്പത്തിയഞ്ചു ദിവസത്തെ ലീവിനുശേഷം തിരിച്ച് ഗൾഫിലേക്ക് പോകാനൊരുങ്ങുകയാണ് മുസ്തഫ.

നാളെ അഞ്ചേമുക്കാലിനാണ് ഫ്ളൈറ്റ്- പുലർച്ചെ വീട്ടുകാരെല്ലാം തകൃതിയായ പാക്കിങ്ങിലാണ്. നാട്ടിലെ കടുമാങ്ങാ അച്ചാർ, വെളുത്തുള്ളി അച്ചാർ ഇവയ്ക്കുവേണ്ടി സുഹൃത്തുക്കൾ വിളിച്ചു പറഞ്ഞിട്ടുണ്ട്.

കൃഷിയാണ് തന്റെ ജീവിതം മാറ്റിമറിച്ചത്. ആ വിജയത്തിൽ തനിക്ക് പിന്തുണയും പ്രചോദനവും നല്കിയത് ശ്രീധരനാണ്. ഒരു പരിഭവവുമില്ലാതെ, എപ്പോഴും പുഞ്ചിരിതൂകുന്ന ശ്രീധരേട്ടൻ.

അദ്ദേഹത്തിനായി വലിയൊരു ഭരണിയിൽ കടുമാങ്ങ ഉപ്പിലിട്ടത് പായ്ക്കുചെയ്തു.

വേർപാടിന്റെ സമയമെത്തി. വീട്ടിൽ നിന്നിറങ്ങുമ്പോൾ അടുത്ത് വിളിച്ച് ഉമ്മ പറഞ്ഞു.

“മോനേ.... ഈ പ്രാവശ്യം കൂടി നീ ഗൾഫിലേക്ക് പൊയ്ക്കോളൂ... ഇപ്രാവശ്യം കൂടി മാത്രം. അറബിയോട് പറയണം. ഇനിയൊരു വരവുണ്ടാകില്ലെന്ന്... ഇനി കുടുംബവുമൊത്ത് നാട്ടിൽ കഴിയണം.... മരുഭൂമി പച്ചപിടിപ്പിക്കുന്നതിനിടയിൽ നീ സ്വന്തം നാടിനെ മറക്കരുത്. ഒരു ചെടിക്കമ്പുപോലും

മണ്ണിൽ കുത്താൻ മടിക്കുന്നവരുണ്ട് നമ്മുടെ നാട്ടിൽ. അവരുടെ മുമ്പിൽ നീ കാണിച്ചുകൊടുക്കണം അദ്ധ്വാനത്തിന്റെ വില എന്തെന്ന്...'' ഉമ്മയുടെ വാക്കുകൾ മുസ്തഫയുടെ മനസ്സിൽനിന്ന് മാഞ്ഞതേയില്ല. എത്ര ശരിയാണ് ഉമ്മ പറഞ്ഞത്. നമ്മുടെ നാട്ടിൽ തരിശായിക്കിടക്കുന്ന സ്ഥലങ്ങൾ എവിടെയെല്ലാമുണ്ട്. അവയിൽ കുറച്ചെങ്കിലും വാങ്ങി കൃഷിചെയ്തു നോക്കിയാലെന്താ. കൃഷി നന്നായി ചെയ്താൽ അതുകൊണ്ട് ജീവിക്കാൻ സാധിക്കില്ലേ.

ഇനി മരങ്ങൾ വെച്ചുപിടിപ്പിച്ചാൽ അവയും വളർന്ന് വലുതാകില്ലേ. പച്ചപ്പ് ഇല്ലാതായിക്കൊണ്ടിരിക്കുന്ന ഈ പ്രകൃതിക്ക് അത് രക്ഷയാകില്ലേ. യഥാർത്ഥത്തിൽ തന്നെപ്പോലുള്ള പ്രകൃതി സ്നേഹി അദ്ധ്വാനിക്കേണ്ടത് സ്വന്തം നാടിന് വേണ്ടിക്കൂടിയാകണം.

തിരിച്ചു ജോലിയിൽ പ്രവേശിച്ചുവെങ്കിലും മുസ്തഫയുടെ മനസ്സിൽ ഉമ്മ പറഞ്ഞ വാക്കുകൾ മുഴങ്ങിക്കൊണ്ടിരുന്നു.

നാട്ടിലേക്കു തിരിച്ചുപോകണം.

കൈയിൽ കിട്ടുന്നതും സ്വരൂപിച്ചതും കൂട്ടിച്ചേർത്ത്- ഒരു മൊട്ടക്കുന്ന് വാങ്ങണം.

അവിടെ പലതരം മരങ്ങൾ വെച്ചുപിടിപ്പിക്കണം. പോരാ. അതൊരു കാടായി വളർത്തണം.

വിത്ത്, മുളപൊട്ടുമ്പോൾ പ്രസവിച്ചു വീണ കുഞ്ഞാണെന്ന് തോന്നും. "ള്ളേ... ള്ളേ" എന്ന കരച്ചിൽ അതിനു ചുറ്റുമുണ്ടാകും. ഓരില, ഈരില വിടർന്ന്, കാറ്റിലാടുമ്പോൾ പിച്ചവെക്കുന്ന ഒരു കൊച്ചുകുഞ്ഞാണെന്ന് തോന്നും.

അല്പംകൂടി വലുതായി ശിഖരങ്ങൾ മുളപൊട്ടി വലുതാകുമ്പോൾ. കുട്ടികളുടെ കൗമാരപ്രായം ഓർമ്മയിലെത്തും. പിന്നെ തടിമരത്തിന് കനംകൂടി ആകാശത്തെ ലക്ഷ്യംവെച്ച് ശാഖോപശാഖകളായി അത് പടർന്ന് വളരുമ്പോൾ ഒരു യുവാവിനെ മനസ്സിൽ കാണാം.

* * * *

അറബിയുടെ തോട്ടത്തിൽ ഇപ്പോൾ മൊത്തം നാലു ജോലിക്കാരുണ്ട്. ഫലവൃക്ഷങ്ങളെല്ലാം നല്ല വിളവ് നല്കുന്നു. ആധു

നികരീതിയിൽ, നന്നായി നടക്കുന്ന ഒരു ഫാം കൂടി രൂപകല്പന ചെയ്തിട്ടുണ്ട്.

പതിനാറോളം പശുക്കൾ, കുഞ്ഞുങ്ങൾ, ചെമ്മരിയാടുകൾ, കോഴികൾ എന്നിങ്ങനെ ഫാംഹൗസിൽ താമസക്കാർ ഒട്ടനവധിയാണ്.

ദിവസത്തിൽ പത്തുമിനിട്ട് നേരമെങ്കിലും കാലികളെ മരുഭൂമിയിലൂടെ നടത്തുന്ന പതിവുണ്ട്. കൈകാലുകളുടെ വളർച്ചയ്ക്കും ആരോഗ്യസംരക്ഷണത്തിനും വേണ്ടിയുള്ളതാണ് ഈ നടത്തം.

ജോലിക്കാരന്റെ കൂടെ ചിലപ്പോൾ മുസ്തഫയും പോകും.

മുസ്തഫയ്ക്കിപ്പോൾ വിശേഷിച്ച് ജോലിയൊന്നുമില്ല. എല്ലാറ്റിനും മേൽനോട്ടം വഹിച്ച് നിന്നാൽ മതി. എന്നാലും സദാ, എന്തെങ്കിലും പ്രവർത്തനങ്ങളിൽ ഏർപ്പെടലാണ് മുസ്തഫയ്ക്കിഷ്ടം. വെറുതെ പാട്ടുകേട്ടു കിടക്കാൻ വയ്യ. തോട്ടത്തിലേക്കു ചെന്നാൽ മുറിവുപറ്റിയ കുട്ടികൾ ചിണുങ്ങുന്നതുപോലെ, പയർവള്ളിയോ മത്തൻ വല്ലിയോ കിടപ്പുണ്ടാകും. കാറ്റിൽ ഉലഞ്ഞ് തലകുത്തിക്കിടപ്പാകും.

അവയെ പതുക്കെയെടുത്ത് നേരെയാക്കിവെക്കണം. പൂവിലോ ഇലയിലോ കീടങ്ങൾ കടിച്ചുതൂങ്ങി നില്പുണ്ടെങ്കിൽ എടുത്ത് ദൂരെക്കളയണം. വെള്ളമെത്താത്ത ചെടികളുടെ മൂട്ടിൽ വെള്ളമൊഴിക്കണം. മുന്തിരിവള്ളിയുടെ കൂടെ പിണഞ്ഞുകിടന്ന് പിടയുന്ന ഫാഷൻഫ്രൂട്ടിന്റെ വള്ളി മാറ്റിക്കൊടുക്കണം. തലകുനിച്ചുകിടക്കുന്ന ഒരു റോബസ്റ്റ വാഴയെ പതുക്കെ പൊക്കി നില്ക്കാൻ പാകത്തിൽ കമ്പ് കുത്തിക്കൊടുക്കണം.

അങ്ങനെ ലൊട്ടുലൊടുക്കു പണികൾ കുറേയേറെയുണ്ടാകും. ഒരു വൃക്ഷസ്നേഹിയുടെ കണ്ണിൽ മാത്രമായിരിക്കും ആ പ്രശ്നങ്ങൾ ചെന്നെത്തുക എന്നുമാത്രം.

ഇങ്ങനെയൊക്കെയാണെങ്കിലും ഉമ്മ പറഞ്ഞ വാക്കുകൾ മുസ്തഫയുടെ മനസ്സിൽനിന്ന് മാഞ്ഞുപോകില്ല.

എല്ലാം ഇട്ടെറിഞ്ഞ് നാട്ടിലേക്ക് പോകണം. നാട്ടിൽ വലിയൊരു കാട് നട്ടു നനച്ചുണ്ടാക്കണം. ആ കാട്ടിനു നടുവിൽ ഒരു

കൊച്ചു മൺകുടിൽ കെട്ടിയുണ്ടാക്കണം. മണ്ണ് കുഴച്ച് കട്ടമുറിച്ചുണ്ടാക്കിയത്.

ബാക്കിയുള്ള കാലം കാടിനെയും പ്രകൃതിയെയും സംരക്ഷിച്ച് അവിടെ കഴിയണം. ഒരുദിവസം അറബി പിക്കപ്പിൽ നിറയെ കാലികൾക്കുള്ള പുല്ലും ഭക്ഷണപ്പൊതികളുമൊക്കെയായി വന്നു.

തോട്ടത്തിലൂടെ നടക്കുന്നതിനിടയിൽ മുസ്തഫ അയാളോട് തന്റെ മനസ്സിലുള്ള ആഗ്രഹത്തെക്കുറിച്ച് സൂചിപ്പിച്ചു. "മാതാവ് എന്നോട് ആവശ്യപ്പെട്ട കാര്യമാണ്. അത് നിറവേറ്റാൻ ഒരു മകനെന്ന നിലയിൽ ഞാൻ ശ്രമിക്കേണ്ടേ."

ഇതുകേട്ട് അറബി ആദ്യം ഒന്നമ്പരന്നു. മുസ്തഫ, വളരെ കാര്യമായി പറയുകയാണ് എന്നയാൾക്ക് ബോദ്ധ്യപ്പെട്ടു.

"എന്റെ കൂടെ ഒരു മൂന്നുകൊല്ലം കൂടി നീ ഉണ്ടാകും എന്നായിരുന്നു ഞാൻ കരുതിയത്. നീയില്ലെങ്കിൽ ഈ തോട്ടം ആകെ നശിച്ചുപോകും." നിരാശതയോടെ അറബി പറഞ്ഞു.

മുസ്തഫ അറബിയെ സമാധാനിപ്പിച്ചു. "ഇവിടെ നാല് ജോലിക്കാർ ഉണ്ട്. അവരെല്ലാം നന്നായി പണിയെടുക്കുന്നുണ്ട്. ഞാനില്ലെങ്കിലും കാര്യങ്ങളെല്ലാം ഭംഗിയായി നടക്കും."

അറബിയുടെ കണ്ണിൽ വെള്ളം നിറഞ്ഞു. "നീയാണ് എന്നെ വലുതാക്കിയത്. നാട്ടുകാരറിയുന്ന ഒരുവനാക്കിയത്. ഈ സൗഭാഗ്യങ്ങളെല്ലാം നിന്റെ വിയർപ്പിന്റെ വിലയാണ് മുസ്തഫാ. പറയൂ. നിനക്ക് ഞാൻ ചോദിക്കുന്നത് തരാം. പണം കൂടുതൽ വേണോ? കാറ് വേണോ? നീ പോകാതിരിക്കാൻ ഞാൻ എന്ത് ചെയ്യണം. പറയൂ മുസ്തഫാ." മുസ്തഫ ശാന്തസ്വരത്തിൽ പറഞ്ഞു.

"നിങ്ങളെനിക്ക് എന്റെ ഉപ്പയെപ്പോലെ പ്രിയപ്പെട്ടവരാണ്. ഇന്നുവരെ ഞാനെങ്ങും പോയില്ല. നിങ്ങളുടെ കൂടെ നിന്നു. പക്ഷേ, ഇപ്പോൾ എന്റെ നാട് എന്നെ വിളിക്കുകയാണ്. എനിക്ക് പോകാതെ വയ്യ."

"അപ്പോൾ നീ പോകാൻ തീർച്ചപ്പെടുത്തിയോ?"

"അതേ. എന്റെ നാട്ടിലും തരിശായിക്കിടക്കുന്ന ഒരുപാടു സ്ഥലങ്ങളുണ്ട്. അതിൽ കുറച്ചു സ്ഥലം വിലയ്ക്കുവാങ്ങി.

എനിക്ക് പച്ച പിടിപ്പിക്കണം. അതാണ് എന്റെ മാതാവും എന്നോട് ആവശ്യപ്പെട്ടിരിക്കുന്നത്."

മുസ്തഫയുടെ ഉറച്ച തീരുമാനത്തിന് ഒരു മാറ്റവുമുണ്ടാകില്ലെന്ന് അറബിക്ക് തീർച്ചയായി.

ഒടുവിൽ അയാൾ മുസ്തഫയ്ക്ക് നാട്ടിലേക്ക് പോകാനുള്ള അനുമതി നല്കി.

മുസ്തഫ ഉടനെ ഉമ്മയെ വിളിച്ച് സന്തോഷവാർത്ത അറിയിച്ചു. "അടുത്ത ദിവസം തന്നെ ഞാൻ നാട്ടിലേക്ക് തിരിച്ചുവരുന്നു. ഇനി നാട്ടിൽത്തന്നെ ബാക്കി കാലം."

വീട്ടുകാർക്ക് ഏറെ സന്തോഷം പകർന്ന വാർത്തയായിരുന്നു അതെന്ന് പ്രത്യേകിച്ച് പറയേണ്ടതില്ലല്ലോ.

തരിശുമണ്ണിൽ

“ഇനി ബാക്കിക്കഥ ഉച്ചയൂണിന് ശേഷമായാലോ?”

ജിനൻ മാസ്റ്ററുടെ ചോദ്യമാണ് എല്ലാവരേയും ഉണർത്തിയത്. മുസ്തഫയുടെ ജീവിതനദിയുടെ കരയിലായിരുന്നു എല്ലാവരും. അതിന്റെ ഒഴുക്കിൽ എല്ലാം മറന്ന് നില്ക്കുകയായിരുന്നു.

സമയം ഉച്ച കഴിഞ്ഞിരിക്കുന്നു.

കാടിനു നടുവിൽ വലിയൊരു വൃക്ഷത്തിന്റെ തണലിലിരിക്കുകയായിരുന്നല്ലോ എല്ലാവരും.

സംഭവബഹുലമായ കഥയുടെ മാസ്മരിക ലോകത്തായിരുന്നു അവരുടെ മനസ്സുമുഴുവൻ.

കൈയിൽ കരുതിയിരുന്ന ചോറ്റു പാത്രങ്ങളെടുത്ത് എല്ലാവരും റെഡിയായി. അഞ്ചുമിനിട്ടിനകം വലിയൊരു പാത്രത്തിൽ വെള്ളവും നല്ല പഴുത്ത മാങ്ങകളടങ്ങിയ കുട്ടയുമായി മുസ്തഫ വന്നു.

എല്ലാവരും ഇലച്ചീന്തിൽ താന്താങ്ങളുടെ ഭക്ഷണം സ്വയം വിളമ്പി. എല്ലാവരുടേതിൽനിന്നും ഓരോനുള്ള് ചോറെടുത്ത് ഒരിലയിൽ. മുസ്തഫയ്ക്കും ഉച്ചഭക്ഷണം റെഡി.

“ഇന്നലെ നിങ്ങളുടെ ഊണ് ഞങ്ങൾ കഴിച്ചു. ഇന്ന് ഞങ്ങളുടെ ഊണിൽ നിങ്ങളും പങ്കെടുക്കണം.” ജിനൻ മാസ്റ്റർ പൊട്ടിച്ചിരിച്ചുകൊണ്ടു പറഞ്ഞു.

മുസ്തഫ പലതരം വിഭവങ്ങളടങ്ങിയ ചോറ് സംതൃപ്തിയോടെ വാരിത്തിന്നു.

ഊണ് കഴിഞ്ഞതും കുട്ടികൾ കഥ പറയാൻ നിർബ്ബന്ധിച്ചതും ഒപ്പം. രമണിടീച്ചർ പറഞ്ഞു. "ആരെങ്കിലും നാലുവരി നാടൻപാട്ടു പാടൂ. അതിനുശേഷമാകാം കഥ പറയൽ."

കഥ, ബാക്കി കേൾക്കാനുള്ള തിടുക്കത്തിൽ രണ്ട് പെൺകുട്ടികൾ നാടൻപാട്ട് പാടാൻ തയ്യാറായി. താരയും റാണിയും.

"ശരി തുടങ്ങിക്കോളൂ." രമണി ടീച്ചർ പറഞ്ഞതും അവർ പാട്ട് തുടങ്ങി.

"ഇനി വരുന്നൊരു തലമുറയ്ക്ക്
ഇവിടെ വാസം സാദ്ധ്യമോ?"

പരിസ്ഥിതിയുടെ പ്രാധാന്യം വെളിപ്പെടുത്തിയ ഏറെ പ്രസിദ്ധമായ പാട്ടു കുട്ടികൾ നല്ല ഈണത്തിൽ അവതരിപ്പിച്ചു.

മുസ്തഫ അവരെ അഭിനന്ദിച്ചു. "മിടുക്കികൾ സന്ദർഭത്തിനൊത്ത പാട്ട് തന്നെ. എത്ര അർത്ഥമുള്ള വരികൾ."

"അങ്കിൾ... ബാക്കി കഥ പറയൂ." താര അക്ഷമയോടെ പറഞ്ഞു.

"ശരി നമുക്ക് കഥയിലേക്ക് പോകാം." മുസ്തഫ നാട്ടിലേക്ക് തിരിച്ചുവരികയാണ്. ഈ കാടിന്റെ സ്വപ്നവും പേറിയുള്ള വരവ്.

* * * * *

നീണ്ട ഒമ്പതുവർഷങ്ങളിലെ ഗൾഫ് ജീവിതം അവസാനിപ്പിച്ച് മുസ്തഫ നാട്ടിലെത്തിയിരിക്കയാണ്. ഒമ്പതുവർഷത്തെ കഠിനമായ അദ്ധ്വാനത്തിന് വലിയ പ്രതിഫലമാണ് മുസ്തഫയ്ക്ക് ലഭിച്ചത്. നാട്ടിലും പുറംനാട്ടിലും മുസ്തഫ ഇപ്പോൾ നക്ഷത്രത്തിളക്കത്തിലാണ്. 'മരുഭൂമിയെ മലർവനിയാക്കിയ മഹാൻ' എന്നായിരുന്നു– ഒരു പത്രം മുസ്തഫയെ വിശേഷിപ്പിച്ചുകൊണ്ട് റിപ്പോർട്ട് നല്കിയത്.

ഒരുപാടു ചെറുപ്പക്കാർക്ക് പ്രചോദനം നല്കിയ ഒരു സംഭവമായിരുന്നു അത്. തരിശായിക്കിടന്ന ഭൂമിയിൽ അത്യദ്ധ്വാനത്തിലൂടെ സ്വർണ്ണം വിളയിച്ച മാജിക്. ക്ഷമയും സ്ഥിരപ്രയത്നവും കൈമുതലായുണ്ടെങ്കിൽ ഏതു മരുഭൂമിയിലും കൃഷി

സാദ്ധ്യമാണ് എന്നത് മുസ്തഫ സ്വന്തം ജീവിതത്തിലൂടെ തെളിയിച്ചുകൊടുത്തു.

ആ ആത്മവിശ്വാസം മുസ്തഫയുടെ കൂടെയുണ്ടായിരുന്നു, തിരിച്ച് നാട്ടിലെത്തിയപ്പോഴും.

നാട്ടിലെത്തി, കുറച്ചുദിവസങ്ങൾ കടന്നുപോയി. പല സുഹൃത്തുക്കളും കാണാനെത്തി. പലരും ബിസിനസ് തുടങ്ങുന്നതിനെക്കുറിച്ച് പറഞ്ഞു.

ജ്വല്ലറി തുടങ്ങാമെന്ന് ചിലർ പറഞ്ഞു. ഹോട്ടൽ ബിസിനസാണ് നല്ലതെന്ന് വേറെ ചിലർ. ഒരു പ്രൈവറ്റ് സ്കൂൾ ലാഭകരമാകുമെന്ന് മറ്റു ചിലർ.

മുസ്തഫ എല്ലാം തലകുലുക്കി കേട്ടു. ആർക്കുമുമ്പിലും മനസ്സ് തുറന്നില്ല. അഥവാ എന്തെങ്കിലും പറഞ്ഞുപോയാൽ നിരുത്സാഹപ്പെടുത്താൻ ശ്രമിച്ചുകളയും ചിലർ.

അയാൾക്ക് ഒരു ലക്ഷ്യമുണ്ടായിരുന്നല്ലോ. കുറച്ചു തരിശുഭൂമി വാങ്ങണം. എന്നിട്ട് തന്റെ സ്വപ്നത്തിലുള്ള ഒരു കാട് അവിടെ വെച്ചുപിടിപ്പിക്കണം. വിത്തുകൾ സംഘടിപ്പിക്കണം. ആദ്യം കുട്ടികളെ വളർത്തിയെടുക്കുന്നതുപോലെ അവയെ വളർത്തിയെടുക്കണം. അതിനായി ആദ്യമായി മുസ്തഫ പോയത് തൃശ്ശൂർ മണ്ണുത്തിയിലുള്ള കാർഷിക ഗവേഷണശാലയിലേക്കാണ്. തന്റെ മനസ്സിലുള്ള ആശയം അവിടത്തെ പ്രൊഫസർമാരുമായി പങ്കുവെച്ചു.

കഴിയുന്ന എല്ലാ സഹായവും അവർ വാഗ്ദാനം ചെയ്തു. "സ്ഥലം റെഡിയാക്കൂ... ഞങ്ങളെ വിളിച്ചാൽ മതി ഞങ്ങൾ നിങ്ങളുടെ അടുത്തെത്തും." അവർ ഉറപ്പു നല്കി തിരിച്ചുപോരുമ്പോൾ വണ്ടിനിറയെ വിത്തും ചെടികളും കിട്ടി.

കാടിനെക്കുറിച്ച് നാട്ടിലുള്ള ആരോടെങ്കിലും പറഞ്ഞിരുന്നെങ്കിൽ പരിഹാസം ഉറപ്പിക്കാം.

"കാടുണ്ടാക്കുകയോ. ഇത് വട്ട് തന്നെയാ. മരുഭൂമിയിൽ പോയി ചോര നീരാക്കിയ പണംകൊണ്ട്. ഹ! ഹ!."

മുസ്തഫയുടെ കൂടെ അയാളുടെ കുടുംബമുണ്ടായിരുന്നു എന്നതാണ് വലിയ സൗകര്യമായത്. മുസ്തഫയ്ക്ക് ഒട്ടും വിഷമമുണ്ടാകരുതെന്ന് അവർ തീരുമാനിച്ചിരുന്നു.

"അതിന്റെ നഷ്ടം നമ്മൾക്ക് സഹിക്കാം. നിങ്ങൾ എന്താണോ തീരുമാനിച്ചത്. അതുതന്നെ നടക്കട്ടെ." എന്നായിരുന്നു അയാളുടെ ഭാര്യ പറഞ്ഞത്.

അങ്ങനെ ഒരു സ്ഥലത്തിന് വേണ്ടിയുള്ള അന്വേഷണമായി പിന്നെ...

ബ്രോക്കർമാർ പല സ്ഥലങ്ങളും കാണിച്ചുകൊടുത്തു "എല്ലാറ്റിനും വലിയ വിലയാണു പറയുന്നത്.. നമ്മുടെ കൈയിലുള്ളതിന് പറ്റിയ സ്ഥലമാകണം.." ബ്രോക്കർമാരോട് മുസ്തഫ പറഞ്ഞു.

ഒരുപാടു യാത്രകൾ നടത്തി. നിരന്തരമായ അന്വേഷണങ്ങൾ. ഒടുവിൽ അത് കണ്ടെത്തുകതന്നെ ചെയ്തു.

വെള്ളമില്ലാത്തതിനാൽ എല്ലാവരും ഉപേക്ഷിച്ചുപോയ സ്ഥലം. വലിയൊരു മൊട്ടക്കുന്നിന്റെ താഴ്വാരം.

അതിന്റെ ഒരു തലയ്ക്കൽ കൊച്ചുകൂരകൾ. കുന്നിൽ ഒറ്റപ്പെട്ടു വളർന്ന ചില പടുമരങ്ങൾ മാത്രം.

റബ്ബർ കൃഷിപോലും ചെയ്യാൻ ആളുകൾ തയ്യാറായില്ല. 'ഭൂതപ്പാറ' എന്ന പേരാണതിന്. പിശാചുക്കൾ അധിവസിക്കുന്ന സ്ഥലമാണതെന്ന അന്ധവിശ്വാസമുണ്ടായിരുന്നു.

മുസ്തഫയുടെ മുഖത്ത് തെളിച്ചം വന്നു. വളരെ തുച്ഛമായ വില. ആരുടെയെങ്കിലും കൈയിൽ സ്ഥലം ഏല്പിക്കാൻ കാത്തു നില്ക്കുന്ന ഉടമസ്ഥൻ.

ആകെ നൂറ്റിനാല്പതേക്കർ ഭൂമി സ്ഥലമളപ്പും അഡ്വാൻസും നല്കൽ കഴിഞ്ഞു. രജിസ്ട്രേഷനും ഭൂമി ഏറ്റെടുക്കലിനുമായി അടുത്തദിവസം തീരുമാനിച്ചു. ഭൂമി ഏറ്റുവാങ്ങിയശേഷം മുസ്തഫ ആദ്യമായി ചെയ്തത് അതിരുകൾ കൃത്യമായി അളന്ന് വേലികെട്ടുക എന്നതായിരുന്നു.

അടുത്ത പരീക്ഷണം കിണറുകൾ കുഴിക്കൽ. കിണറു കുഴിക്കാനായി പോകുന്നു എന്നറിഞ്ഞ നാട്ടുകാരിൽ ചിലർ മുസ്തഫയെ പിന്തിരിപ്പിക്കാൻ ശ്രമിച്ചു.

മുപ്പതോളം വീട്ടുകാർ കിണറ്റിൽ വെള്ളമില്ലാത്തതിനാൽ കിട്ടിയ വിലയ്ക്ക് വിറ്റുപോയ സ്ഥലമാണ് ഇതിനുചുറ്റും. ഈ കുന്നിൽ എങ്ങനെ വെള്ളമുണ്ടാകും.

മുസ്തഫ പുഞ്ചിരിയോടെ അതൊക്കെ ശരിവെച്ചു. ആരോടും മറുത്തൊരു വാക്കും പറഞ്ഞില്ല. പക്ഷേ, അയാൾക്കൊരു തീരുമാനമുണ്ടായിരുന്നു

മുസ്തഫ പിറ്റേന്നുതന്നെ കിണർ കുഴിക്കാനുള്ള ആളുകളെ വിളിച്ചുവരുത്തി. പണി തുടങ്ങി.

"ഉറച്ച മണ്ണാണ്. ഇടിഞ്ഞു പോകില്ല." കുഴിക്കുന്നതിനിടയിൽ പണിക്കാരുടെ ആശാൻ മുസ്തഫക്ക് ധൈര്യം പകർന്നു. അല്പം കുഴിച്ചപ്പോഴേക്കും വലിയ പാറ പ്രത്യക്ഷമായി. ഇനി കുഴിക്കണമെങ്കിൽ പാറപൊട്ടിക്കാതെ കഴിയില്ല. പാറ പൊട്ടിക്കാൻ വേണ്ട ഏർപ്പാടുകൾ ചെയ്തു.

വെടിമരുന്ന് നിറച്ച് പാറപൊട്ടിച്ചു. പാറയ്ക്കടിയിൽ മണ്ണ് മാറ്റിത്തുടങ്ങിയതും വീണ്ടും പാറ ദൃശ്യമായി. ജോലിക്കാർ നിസ്സഹായതോടെ മുസ്തഫയെ നോക്കി.

മുസ്തഫ തോല്ക്കാൻ തയ്യാറായില്ല. പാറ പൊട്ടിക്കാൻ തന്നെ തീരുമാനിച്ചു. ദിവസങ്ങൾ നീണ്ട പ്രയത്നം. അവസാനം പാറ മുഴുവൻ പൊട്ടിച്ചു പുറത്തെത്തിച്ചു.

വലിയൊരു സംഖ്യ ചെലവാക്കേണ്ടി വന്നു. കിണറ്റിൽ നിറയെ വെള്ളം. കിനിഞ്ഞ് നിറയുന്ന വെള്ളം. അത് കുടിച്ചപ്പോൾ മുസ്തഫ അമ്പരന്നു. എന്തൊരു തണുപ്പ്. എത്രശുദ്ധം. അയാളുടെ കണ്ണിൽ വെള്ളം നിറഞ്ഞു.

ഈ വിവരം ചുറ്റുവട്ടത്തുള്ളവരെല്ലാമറിഞ്ഞു. ആളുകൾ ആശ്ചര്യപ്പെട്ടു. ഇതെന്തൊരു മനുഷ്യൻ!

അവരിൽ ചിലർ പാറ കണ്ട് കിണറുപേക്ഷിച്ചവരായിരുന്നു. വെള്ളം കിട്ടിയതോടെ മുസ്തഫ കിണറിന്റെ ജോലി നിർത്തിവെച്ചില്ല. കിണറിന്റെ ചുറ്റുഭാഗങ്ങൾ കല്ലുപയോഗിച്ച് കെട്ടി ഭദ്രമാക്കി.

തുടർന്ന് അതുപോലുള്ള പത്തോളം കിണറുകൾ പല ഭാഗങ്ങളിലായി കുത്തി.

വലിയൊരു സംഖ്യ അയാൾക്ക് അതിനായി ചെലവഴിക്കേണ്ടി വന്നു. എങ്കിലും അയാൾ സംതൃപ്തനായിരുന്നു. ആദ്യഘട്ടം വിജയിച്ച മുസ്തഫ പിന്നീട് അടുത്ത ഘട്ടത്തിലേക്കു കടന്നു.

താൻ ഉണ്ടാക്കാൻ പോകുന്ന കാടിനെക്കുറിച്ച് ഒരു രൂപ രേഖ തയ്യാറാക്കി. ഓരോ മരവും എവിടെയെല്ലാം വെച്ചുപിടിപ്പിക്കണം. ഏതെല്ലാം മരങ്ങൾ വേണം.

അപ്പോഴാണ് മണ്ണുത്തിയിലെ പ്രൊഫസർമാരെക്കുറിച്ച് അയാൾക്കോർമ്മ വന്നത്.

ഉടനെതന്നെ അവരെ വിളിച്ച് വിവരം പറഞ്ഞു. പിറ്റേന്ന് വിദഗ്ദ്ധരുടെ ഒരു സംഘം സ്ഥലം സന്ദർശിക്കാൻ വന്നു. അവർ മണ്ണ് പരിശോധിച്ചു. സംതൃപ്തിയോടെ പറഞ്ഞു. "കൊടും കാട് തന്നെ നമുക്കുണ്ടാക്കാം."

എല്ലാവരും പുഞ്ചിരി പൊഴിച്ചു.

* * * * *

മഴക്കാലം തുടങ്ങാൻ ഇനി ഏതാനും ദിവസങ്ങൾ മാത്രം. മുസ്തഫ കണക്കുകൂട്ടി. ഒരുനിമിഷംപോലും പാഴാക്കാൻ പാടില്ല.

ചെരിവു നിറഞ്ഞ ആ ഭൂപ്രദേശം മഴവെള്ളം നില്ക്കാൻ മതിയായതല്ല. അതിന് കൃഷി വകുപ്പ് ഉദ്യോഗസ്ഥൻ പറഞ്ഞത് പോലെ ഭൂമി തട്ടുകളാക്കിത്തിരിക്കണം.

മാനം കനിഞ്ഞുതരുന്ന മഴവെള്ളം തുള്ളിയും പാഴാവരുത്. മുസ്തഫ ജോലിക്കാരെ കൂട്ടിക്കൊണ്ടുവന്ന് വേണ്ട നിർദ്ദേശങ്ങൾ കൊടുത്തു. ഭൂമി ചെറിയ ചെറിയ കള്ളികളാക്കിത്തിരിച്ചു. ഓരോ കള്ളികളിലും മൂന്നു നാലു മഴക്കുഴികൾ ഉണ്ടാക്കി. മഴക്കുഴികൾക്കു സമീപത്തായി നേരത്തെ ആസൂത്രണം ചെയ്തതുപോലെ നാനൂറ്റിപ്പതിനെട്ടുതരം വ്യത്യസ്ത മരത്തൈകൾ ശാസ്ത്രീയമായ രീതിയിൽ നട്ടു.

ഏഴു ജോലിക്കാരെ ദിവസക്കൂലി അടിസ്ഥാനത്തിൽ വെച്ചിട്ടുണ്ട്. എല്ലാവരും സമീപത്തുതന്നെ താമസിക്കുന്ന തദ്ദേശീയരായ ജോലിക്കാർ. ഒരു മുതലാളി എന്ന നിലയിലല്ല അവർ മുസ്തഫയെ കണ്ടത്. മണ്ണിനെ സ്നേഹിക്കുന്ന ഒരു പാവം മനുഷ്യനായിട്ടാണ്. മുസ്തഫയും അവരോടൊപ്പം ജോലി ചെയ്തു. ഭക്ഷണത്തിന് സമയമാകുമ്പോൾ ഒരുമിച്ചിരുന്ന് ഭക്ഷണം കഴിച്ചു.

മാവും പ്ലാവും ആഞ്ഞിലിയും തേക്കും വീട്ടിയും മരുതും പനയും ഈന്തും പലതരം ഔഷധ സസ്യങ്ങളും അവർ നട്ടവയിൽപ്പെടും.

ചരിത്രമായേക്കാവുന്ന ഈ പ്രവൃത്തികളിൽ വെള്ളവും ഭക്ഷണവുമായി നാട്ടുകാരും പൂർണ്ണ പിന്തുണ നല്കി.

മാത്രമല്ല, സമീപത്തുള്ള ശാസ്ത്രാഭിമുഖ്യമുള്ള അദ്ധ്യാപകർ, ജനങ്ങളെ വനം വെച്ചുപിടിപ്പിക്കുന്നതിന്റെ അനിവാര്യത ബോദ്ധ്യപ്പെടുത്തുകയും ചെയ്തു. വെള്ളമില്ലാതെ വറ്റിവരണ്ടുപോയ ഒരു പ്രദേശം പച്ചപിടിപ്പിക്കുകയാണ്. അതിലും വലിയ സത്കർമ്മം മറ്റെന്താണ്? മരങ്ങൾ വളർന്നാൽ എന്തൊക്കെ അത്ഭുതങ്ങളായിരിക്കും അവിടെ ഉണ്ടാവുക? മരങ്ങൾ വളർന്നാൽ അവിടെ സമീപഭാവിയിൽ വെള്ളമുണ്ടാകും. പക്ഷികളും മൃഗങ്ങളുമുണ്ടാകും. എല്ലാമുണ്ടാകും. പക്ഷേ, ഇവ പച്ചപിടിച്ച് മണ്ണിന്റെ ആഴത്തിൽ വേരാഴ്ത്തണം. എങ്കിലേ പ്രതീക്ഷിക്കാൻ കഴിയൂ.

പ്രതീക്ഷകളുടെ പച്ചപ്പ്

മഴ ആർത്തലച്ച് പെയ്തു.

പുതിയ മുളകൾ പൊട്ടി. അവ ഈരിലകളായ് വിടർന്നു. മുസ്തഫയുടെ മൊട്ടക്കുന്നിൽ മഴവെള്ളം കരുതലോടെ മഴക്കുഴികളിൽ കിടന്നു. ഓരോ മഴക്കുഴികളിലും അനേകമായിരം സൂക്ഷ്മസുഷിരങ്ങൾ. ആ സുഷിരങ്ങളിലൂടെ വരണ്ടുണങ്ങിക്കിടന്ന മണ്ണിന്റെ ആഴങ്ങളിലേക്ക് മഴവെള്ളം കിനിഞ്ഞിറങ്ങി.

മുസ്തഫ നട്ട കിനാക്കൾ പതുക്കെ തല നീട്ടാൻ തുടങ്ങി. കുഞ്ഞിലകൾ ആകാശത്തേക്കു കൈയുയർത്തി. ചെടിയുടെ വരവ് പ്രഖ്യാപിച്ചു...

പാഴ്ച്ചെടികൾ പറിച്ചൊഴിവാക്കിയും, വൃക്ഷത്തൈകളെ ശുശ്രൂഷിച്ചും മുസ്തഫ ആ മൊട്ടക്കുന്നിലൂടെ നടന്നു. അയാളുടെ തലയിൽ ഗൾഫിൽനിന്നും കൊണ്ടുവന്ന വലിയൊരു തൊപ്പിയുണ്ടായിരുന്നു. മുട്ടോളമെത്തുന്ന രണ്ട് റബ്ബർ ഷൂ.... കൈകളിൽ ഒരു മണ്ണിളക്കിയും കൊച്ചുകത്തിയും.

മുസ്തഫയുടെ നിശ്ചയദാർഢ്യത്തിനു മുമ്പിൽ പ്രകൃതി കനിഞ്ഞുതുടങ്ങി എന്നുതന്നെ പറയാം. മാസങ്ങൾക്കകം മുസ്തഫ നട്ട ചെടികളിൽ ഭൂരിഭാഗവും വളർന്നു തിടംവെച്ചു

തുടങ്ങി.... ഇടവിളകളായി നട്ട വാഴകളും പേര തുടങ്ങിയ ഫല വൃക്ഷങ്ങളും കരുത്തുകാട്ടി ഉയർന്നു.

മാസങ്ങൾക്കകം തത്തകളും കുയിലുകളും പുതിയ താവളത്തിലേക്കു സന്ദർശകരായി വന്നു. ഭാവിയിൽ തങ്ങളുടെ വംശത്തിന് 'ഇതാ ഒരു സ്വർഗ്ഗ രാജ്യം' എന്നവർ കരുതിക്കാണണം.

നീണ്ട നാലുവർഷങ്ങൾ.. നിരന്തരമായ പരിചരണം. മിക്ക മരങ്ങളും വളർന്നുകഴിഞ്ഞു.

വർഷങ്ങൾ പത്തും പതിനഞ്ചുമെടുത്തു വളരുന്ന വൻവൃക്ഷങ്ങൾ അതിവേഗം വളർന്നു തുടങ്ങി.

മുസ്തഫ കാടിനു താഴെ ഒരു കൊച്ചു മൺവീടു പണിതു.

കൊച്ചുകുഞ്ഞുങ്ങളെപ്പോലെ ഓരോ മരത്തെയും വളർത്തി. അവരോടു കുശലം പറഞ്ഞു.

അവർ തന്നോടു സംസാരിക്കുന്നതു സ്വപ്നം കണ്ടു. മരങ്ങൾക്കിടയിൽ ഒരു ധ്യാനത്തിലെന്നപോലെ അയാൾ ജീവിച്ചു.

ആരെയും അതിശയിപ്പിക്കുന്ന ഒരു വനമായി മുസ്തഫയുടെ മൊട്ടക്കുന്ന് പതുക്കെ മാറിക്കൊണ്ടിരുന്നു.

ഋതുക്കൾ മാറിവന്നു. വസന്തവും ഗ്രീഷ്മവും കടന്നുപോയി. വെയിലും മഴയും മാറിമാറി വന്നു.

അതിനിടയിൽ ആ ഭൂമിക്ക് വന്ന മാറ്റം അത്ഭുതാവഹമായിരുന്നു.

പത്തോളം കിണറുകളിൽ നിറയെ വെള്ളം. സമീപവാസികൾക്കായി വനത്തിന്റെ അതിരിൽ മുസ്തഫ നാലു കിണറുകൾ വേറെയും കുത്തിക്കൊടുത്തു. എല്ലാറ്റിലും വെള്ളം. അതിലെ വെള്ളം നാട്ടുകാർക്കാണ്. അവർക്ക് യഥേഷ്ടം ഉപയോഗിക്കാം. മോട്ടോർ ഉപയോഗിക്കരുതെന്ന് ഒരു നിബന്ധന മുസ്തഫ അവർക്കു മുമ്പാകെ വെച്ചു. മോട്ടോർ ഉപയോഗിച്ച് വെള്ളം എടുത്തു തുടങ്ങിയാൽ അതിന് നിയന്ത്രണമില്ലാതെയാകും. വെള്ളത്തിന്റെ വിലയറിയാത്ത വിധം വലിയ അളവിൽ ഉപയോഗിക്കും. അത് അപകടമാകും.

മുസ്തഫയുടെ വനം പുറംലോകത്തും വലിയ ചലനങ്ങൾ സൃഷ്ടിച്ചു. പല പ്രമുഖരും മുസ്തഫയുടെ വനം കാണാൻ വന്നു. വനം വകുപ്പ് മന്ത്രി ഒന്നിലധികം പ്രാവശ്യം മുസ്തഫയെ നേരിട്ട് വിളിച്ച് അഭിനന്ദിക്കുകയുണ്ടായി.

മുസ്തഫയുടെ കാട് കാണാൻ പുറംദേശക്കാർ കൂട്ടം കൂട്ടമായി വരാൻ തുടങ്ങി. ആദ്യമാദ്യം മുസ്തഫ നിയന്ത്രണങ്ങളൊന്നും വെച്ചില്ല. പക്ഷേ, നിയന്ത്രണങ്ങളില്ലാതായപ്പോൾ സംഗതി ആപത്തായി.

സന്ദർശകർ വനത്തിൽ ഉപേക്ഷിച്ചു പോകുന്ന ഭക്ഷണാവശിഷ്ടങ്ങൾ, പ്ലാസ്റ്റിക് വസ്തുക്കൾ എന്നിവ വലിയ ഭീഷണിയായി മാറുമെന്ന് അയാൾക്ക് മനസ്സിലായി.

അതിനുശേഷമാണ് സന്ദർശകർക്ക് പ്രത്യേക പാസ് സമ്പ്രദായം ഏർപ്പെടുത്തിയത്.

മുൻകൂട്ടി വിവരമറിയിച്ച് വരുന്നവരെ നിയന്ത്രണങ്ങൾക്ക് വിധേയമായി കടത്തിവിടും. വനത്തിലെ ചെടികൾ നശിപ്പിക്കരുത്, പൂ നുള്ളരുത്, വനവിഭവങ്ങൾ നശിപ്പിക്കുകയോ കൊണ്ടുപോകാൻ ശ്രമിക്കുകയോ അരുത് തുടങ്ങിയ പതിനഞ്ചു നിർദ്ദേശങ്ങൾ എഴുതിയ ഒരു ബോർഡ് പ്രദർശിപ്പിച്ചു.

വനം വകുപ്പിന്റെ ഒരു ബോർഡും സ്ഥാപിച്ചു. കർശന നിരീക്ഷണങ്ങൾക്കായി പിന്നീട് സി സി ടി വി സംവിധാനവും ഏർപ്പെടുത്തി.

അത് കുറിക്കുകൊണ്ടു. ജനങ്ങൾ ഒരു മനുഷ്യന്റെ കൈകൊണ്ട് നട്ടുവളർത്തിയ വനം ആദരവോടെ വന്നുകണ്ടു സംതൃപ്തരായി തിരിച്ചുപോയി.

ആ വർഷത്തെ സംസ്ഥാനസർക്കാരിന്റെ 'വൃക്ഷമിത്ര' അവാർഡിനർഹനായത് മുസ്തഫയാണ്. പത്രത്തിൽ മുസ്തഫയുടെ ഫോട്ടോയും വാർത്താക്കുറിപ്പും വന്നു.

നാടിന്റെ വലിയൊരു ഉത്സവമായിരുന്നു മുസ്തഫയ്ക്ക് കിട്ടിയ ഈ അംഗീകാരം. മുസ്തഫ പഠിച്ച പ്രാഥമിക വിദ്യാല

യത്തിന്റെയും നിരവധി സന്നദ്ധസംഘടനകളുടെയും അനുമോദനങ്ങളും പൊന്നാടകളും ലഭിക്കുകയുണ്ടായി.

ചാനൽ ഫൈവിന്റെ 'കർഷകമിത്രം' പരിപാടിയിൽ മുസ്തഫ പ്രത്യേക അതിഥിയായി പങ്കെടുത്തു.

കാടുവളർത്തിയ കാരണവർ എന്ന പേരിൽ മുസ്തഫയുടെ ജീവിതത്തെക്കുറിച്ച് ഒരു പ്രമുഖ സംവിധായകൻ ഡോക്യുമെന്ററി ഫിലിം നിർമ്മിച്ചു. ആ വർഷം നാഷണൽ അവാർഡ് ലഭിച്ചത് അതേ ഡോക്യുമെന്ററി ഫിലിമിനായിരുന്നു. അഭിമുഖ സംഭാഷണത്തിനിടയിൽ മുസ്തഫ ഏറ്റവും വിനയത്തോടെ പറഞ്ഞു.

"വലിയ കാര്യം എന്തെങ്കിലും ചെയ്തതായി എനിക്കു തോന്നുന്നില്ല. സ്വന്തം ജീവിതംകൊണ്ട് എന്തെങ്കിലും പ്രയോജനമുണ്ടാകണം എന്ന ചിന്തയുണ്ടായിരുന്നു. എന്റെ രീതിയിലൂടെ അതിനായി പരിശ്രമിച്ചു എന്നുമാത്രം."

കൈയിലുള്ള പണം കാടുണ്ടാക്കാൻ ചെലവഴിക്കുന്നത് നഷ്ടക്കച്ചവടമാകുമെന്ന് തോന്നിയിരുന്നോ?

'കച്ചവടം' എന്ന വാക്ക് ദയവുചെയ്ത് പ്രയോഗിക്കരുത് എന്നാണ് അപേക്ഷിക്കാനുള്ളത്. ലാഭ നഷ്ടങ്ങളെക്കുറിച്ച് ചിലപ്പോൾ നാം മറന്നുപോകും. എന്റെ മനസ്സിൽ തഴച്ചു വളർന്ന ഒരു കാട് മാത്രമേ ഉണ്ടായിരുന്നുള്ളൂ. ഞാൻ അപ്പോൾ ആലോചിച്ചത് ആ കാട് എത്ര ജീവികൾക്ക് പ്രയോജനപ്പെടും എന്നു മാത്രമായിരുന്നു. ഒരു കാട് എത്ര ജീവികൾക്ക് അന്നമൊരുക്കുന്നു? താവളമൊരുക്കുന്നു. പാമ്പ് മുതൽ പഴുതാര വരെ പുൽച്ചാടി മുതൽ ചിത്രശലഭങ്ങൾ വരെ എത്രയെത്ര ജീവിവർഗ്ഗങ്ങൾക്ക് കാട് ആവാസമൊരുക്കുന്നു. ആ ചിന്തയുടെ അവസാനത്തിലാണ് ഈ കാടുയർന്നത്.

കാടുണ്ടാക്കാനിറങ്ങിയപ്പോൾ എതിർപ്പ് നേരിടേണ്ടിവന്നില്ലേ?

ധാരാളം. എതിർപ്പുകൾ എനിക്ക് ശക്തി പകർന്നതേയുള്ളൂ.

നാട്ടുനടപ്പുള്ള കാര്യങ്ങൾ ചെയ്യുമ്പോൾ കൈയടി കിട്ടും. നാട്ടിലില്ലാത്ത ഒരു പുതിയ കാര്യം ചെയ്യാൻ ആര് തുനിഞ്ഞിറങ്ങിയാലും വിമർശനം ഉണ്ടാകും. എനിക്ക് ഭ്രാന്താണെന്നുവരെ പറഞ്ഞവരുണ്ട്. ഞാൻ അവരെ തിരുത്താൻ പോയില്ല. അവരിലൂടെയല്ല. ഞാനീ ലോകത്തെ കണ്ടത്. അവർക്കു വേണ്ടിയല്ല ഞാൻ ജീവിക്കുന്നത്. പക്ഷേ, ഒരു കാര്യം എനിക്കൊപ്പമുണ്ടായിരുന്നു. എന്റെ കുടുംബത്തിന്റെ പൂർണ്ണ പിന്തുണ. അതാണ് ഇതുവരെ എത്താൽ എനിക്ക് സഹായകരമായത്.

പുതിയ ആഗ്രഹങ്ങൾ?

"ഇളം തലമുറയോട് സംസാരിക്കണമെന്നതാണ് എന്റെ ആഗ്രഹം.

"ചോരതുടിക്കും ചെറുകൈയുകളേ
പേറുക വന്നീ പന്തങ്ങൾ..."

എന്നു പാടിയ മഹാകവിയുടെ വാക്കുകളാണ് എനിക്ക് പറയാനുള്ളത്. നിലനില്പിനു വേണ്ടിയുള്ള സമരത്തിലാണു മനുഷ്യരടക്കമുള്ള ജീവകുലം. ഓരോ നിമിഷവും നൂറു മരങ്ങളെങ്കിലും ഭൂമിയിൽനിന്ന് മുറിച്ചു മാറ്റപ്പെടുന്നു. പകരം പുതിയതുണ്ടാകുന്നില്ല. മരങ്ങൾ വെച്ചുപിടിപ്പിക്കേണ്ടത് പ്രകൃതിക്കു വേണ്ടിയല്ല നമുക്കുവേണ്ടി മാത്രമാണെന്ന് ലളിതമായി അവർക്ക് പകർന്ന് കൊടുക്കണം. പത്തുവർഷം മുമ്പുണ്ടായിരുന്നതിന്റെ പകുതി മരങ്ങൾ പോലും ഇപ്പോൾ ഭൂമിയിലില്ല.

നമ്മുടെ നാട്ടിലെ പ്രത്യേക കാലാവസ്ഥ ഇല്ലാതായിക്കഴിഞ്ഞു. ഞാറ്റുവേലകൾ അപ്രത്യക്ഷമായി. കൃഷി കുറഞ്ഞു. 'അന്യനുണ്ടാക്കുന്നു നമ്മളുണ്ണുന്നു' എന്നു പഴമക്കാർ പറഞ്ഞതുപോലെ മറ്റുള്ളവരെ ആശ്രയിച്ച് മാത്രം കഴിയുന്നവരായി നമ്മൾ മാറിക്കഴിഞ്ഞു.

നമ്മുടെ നാടിന്റെ ഭാവി പേടിപ്പെടുത്തുന്നതാണ്. ബാക്കിയുള്ള പച്ചപ്പെങ്കിലും മണ്ണിൽ നിലനിർത്തുന്നതിനെക്കുറിച്ച് നാം ഉറക്കെ പറയേണ്ട സമയം കഴിയാറായി. വിദ്യാഭ്യാസ രംഗത്ത്

ഇത്തരം കാര്യങ്ങൾക്ക് കൂടുതൽ ഊന്നൽ കൊടുക്കേണ്ടതായിട്ടുണ്ട്. അതിനായി ഇനിയുള്ള കാലം ഈ കാട്ടിൽ കഴിച്ചുകൂട്ടണം. എന്റെ ജീവിതം കുട്ടികളുടെ കണ്ണു തുറപ്പിക്കുന്ന ഒരേടാകണം... അത്രമാത്രം."

മുസ്തഫ പറഞ്ഞു നിർത്തി.

തിരിച്ചറിവുകൾ

കഥയുടെ മാസ്മരിക ലോകത്തായിരുന്നു കുട്ടികളെല്ലാവരും.

അത്ഭുതലോകത്തെ ആലീസിന്റെ കഥയേക്കാൾ മികച്ച കഥ. ആയിരത്തൊന്നു രാവുകളിലെ മന്ത്രിപുത്രി പറഞ്ഞ കഥയേക്കാൾ സുന്ദരമായ കഥ.

ആ കഥ കെട്ടിച്ചമച്ചതല്ല. സത്യമുള്ള കഥയാണ്..... യഥാർത്ഥത്തിൽ സംഭവിച്ച കഥയാണ്.

ആ കഥയിലെ നായകനാണ് മുമ്പിലിരുന്ന് ചിരിതൂകുന്നത്.

നരച്ച മുടിയും, വില കുറഞ്ഞ വസ്ത്രങ്ങളും ധരിച്ച് താനൊന്നുമല്ലേ എന്ന വിനീത ഭാവത്തിൽ കാടു കാണിക്കാൻ കൂടെ വരുന്നത് കഥാനായകൻ തന്നെയാണ്.

കുട്ടികൾ അയാളെ നോക്കിനിന്നു. ഒരത്ഭുതം കാണുന്ന പോലെ. അപ്പോൾ ഇരുകൈയും മുട്ടിക്കൊണ്ട് അയാൾ പറഞ്ഞു.

"ഇവിടെ ശ്രദ്ധിക്കൂ..."

അട്ടിയട്ടിയായി വീണുകിടന്ന ഇലകൾ, ഒരു ഉണക്കക്കമ്പു കൊണ്ട് അയാൾ പതുക്കെ നീക്കി. ഇലകൾ തുരുമ്പിച്ച് കറുപ്പ് പടർന്ന മണ്ണ്. ജീർണ്ണിച്ച് പാതിമണ്ണിൽ ചേർന്ന ഇലകളുടെ അവശിഷ്ടം.

മണ്ണിൽ തറഞ്ഞുകിടന്ന ഒരു കറുത്ത ഇല അയാൾ പറിച്ചെടുത്തു. എന്നിട്ട് കുട്ടികളെ അരികിലേക്ക് വിളിച്ചു.

"നോക്കൂ.."

കുട്ടികൾ ഇലയെടുത്ത ഭാഗത്തേക്ക് കൗതുകത്തോടെ നോക്കി. പുഴുക്കളും ഞാഞ്ഞൂലുകളും കൊണ്ടുപിടിച്ച ജോലിയിലാണ്.

"ഇതെന്താണെന്നു നോക്കൂ... ഇവരാണ് പരോപകാരികൾ."

ഒരു കൊച്ചു പുഴുവിനെ കൈവെള്ളയിൽ വെച്ചിട്ട് മുസ്തഫ കുട്ടികളോടായി തിരക്കി.

"പുഴുക്കളെ ആർക്കൊക്കെയാണ് അറപ്പുള്ളത്?" കുട്ടികൾ ചിലർ കൗതുകത്തോടെ ഈ കാഴ്ച നോക്കിക്കൊണ്ടു നിന്നതല്ലാതെ ഒന്നും പറഞ്ഞില്ല.

ശ്രീജ പറഞ്ഞു. "എനിക്ക് അറപ്പാ." അവളുടെ താടി പിടിച്ചുയർത്തി സ്നേഹത്തോടെ മുസ്തഫ ചോദിച്ചു.

"എന്തിനാ അറയ്ക്കുന്നത്. ഇവരാണ് നമ്മുടെ യഥാർത്ഥ മിത്രങ്ങൾ."

"എല്ലാ ജൈവവസ്തുക്കളെയും മണ്ണിൽ ലയിപ്പിക്കാൻ പാടുപെടുന്നത് ഈ ജീവികളാണ്. ഇവരില്ലായിരുന്നെങ്കിൽ അവശിഷ്ടങ്ങൾ നിറഞ്ഞ ഒരു കുപ്പയായി മാറുമായിരുന്നു നമ്മുടെ ഭൂമി."

"ഒരു പൂച്ച ചത്തുപോയാൽ നമ്മൾ എന്തുചെയ്യും" അയാൾ ചോദിച്ചു.

"കുഴിച്ചിടും."

"കുറേ ദിവസങ്ങൾ കഴിയുമ്പോൾ ആ പൂച്ചയ്ക്ക് എന്ത് സംഭവിക്കും."

"മണ്ണിൽ ലയിക്കും" ഏതോ കുട്ടി പറഞ്ഞു.

"എങ്ങനെ? അവിടെയാണ് പുഴുക്കൾ ഹീറോകളായി മാറുന്നത്. പുഴുക്കൾക്കാണ് അവയെ മണ്ണിൽ ലയിപ്പിക്കാൻ ഏറെ അദ്ധ്വാനിക്കേണ്ടത്. മനസ്സിലായോ!"

വലിയൊരു പാഠം പകർന്നുകിട്ടിയ സന്തോഷത്തോടെ കുട്ടികൾ അദ്ദേഹത്തെ കേട്ടുനിന്നു.

"നമുക്ക് അല്പംകൂടി നടന്നാലോ"- ജിനൻ മാസ്റ്റർ ചോദിച്ചു.

"ശരി." നടക്കാം.

അല്പംകൂടി നടന്നപ്പോൾ അവർ തുറസ്സായ ഒരു സ്ഥലത്തെത്തി.

വനത്തിനു നടുവിൽ വെളിച്ചം ധാരാളമായി കിട്ടുന്ന ഒരിടം. വലിയ വൃക്ഷങ്ങളൊന്നുമില്ല.

അപ്പോഴാണ് അവരാ കാഴ്ച കാണുന്നത്. അഞ്ചാറു ജോലിക്കാർ വിളഞ്ഞ പച്ചക്കറികൾ കുട്ടകളിൽ ശേഖരിക്കുകയാണ്.

വെണ്ട, തക്കാളി, കുമ്പളം, പടവലം, ചുരങ്ങ തുടങ്ങി ഒട്ടുമിക്ക പച്ചക്കറികളും നല്ല രീതിയിൽ കൃഷി ചെയ്തുണ്ടാക്കിയ വിശാലമായ ഒരു തോട്ടമാണത്.

കള്ളികളായി തിരിച്ച്, ഓരോ കള്ളികളിലും വലകൾ വിരിച്ച് ഏറ്റവും ആധുനികമായ രീതിയിൽ കൃഷി ചെയ്തിരിക്കുന്നു. ജൈവവളങ്ങളാണ് ഉപയോഗിക്കുന്നത്. ജോലിക്കാർ മുഴുവനും വീട്ടമ്മമാരാണ്.

ഇവരെല്ലാം ഈ കാടിന്റെ സമീപത്തുള്ളവരാണ്. അതായത് എന്റെ അയൽപക്കക്കാർ. ഇതിനടുത്ത് ഒരു തേയിലത്തോട്ടത്തിൽ ഇലനുള്ളുകയായിരുന്നു കുറച്ചുകാലംമുമ്പുവരെ ഇവർ. തോട്ടം നഷ്ടത്തിലാണെന്ന് പറഞ്ഞ് ഉടമസ്ഥൻ ഇവരെ പിരിച്ചുവിട്ടു. ഇവരെ ഞാനിങ്ങോട്ട് ക്ഷണിച്ചു. അവർക്കായി ഈ തോട്ടമൊരുക്കിക്കൊടുത്തു. ഇവർക്കെല്ലാം മതിയായ കൂലി കൊടുത്തിട്ടും മോശമല്ലാത്ത തുക മിച്ചം വെക്കാൻ കഴിയുന്നുണ്ട്.

"ഇതിന്റെ വില്പന എങ്ങനെ നടക്കുന്നു?" ജിനൻ മാസ്റ്ററാണ് സംശയമുന്നയിച്ചത്.

"ഇവരുടെ ഭർത്താക്കന്മാർ പുറത്ത് ചന്തകളിൽ പച്ചക്കറികൾ വിറ്റഴിക്കും. ഈ പച്ചക്കറികൾക്ക് വൻ ഡിമാന്റാണ്. ഒരു ദിവസംകൊണ്ട് തന്നെ മുഴുവനും വിറ്റുതീരും.

പച്ചക്കറികൾ കടലാസ് പാക്കറ്റുകളിൽ നിറച്ചുവച്ചത് കണ്ട കുട്ടികൾക്ക് സംശയം. "ഇതും വില്പനയ്ക്കാണോ?"

"അല്ല" പുഞ്ചിരിയോടെ അയാൾ പറഞ്ഞു. "ഇത് നിങ്ങൾക്കു വേണ്ടിയാണ്. നിങ്ങളുടെ ഓരോ വീടുകളിലും നാളെ കറി വെക്കുന്നത് ഈ പച്ചക്കറികളായിരിക്കണം. അല്പസമയത്തി

നകം ഇത് നിങ്ങളുടെ വാഹനത്തിനടുത്തെത്തും." കുട്ടികൾ അന്തം വിട്ടുനിന്നു.

അല്പദൂരം കൂടി നടന്നപ്പോൾ അവർ ഒരു കുളത്തിനു സമീപത്തെത്തി.

അവർക്കു വിശ്വസിക്കാൻ കഴിഞ്ഞില്ല.

സ്വച്ഛസുന്ദരമായ ഒരു ജലാശയം.

കുളത്തിനുചുറ്റും തുറ്റുവളർന്ന പച്ചപ്പ്. കാടിന്റെ ഏതെല്ലാമോ ഭാഗത്തുനിന്നും ആ കുളത്തിലേക്ക് കൊച്ചുകൊച്ചു നീരുറവകൾ വന്നു വീഴുന്ന ശബ്ദം...

മുസ്തഫ കുളത്തിന്റെ അരികിലേക്ക് ചെന്നു. ഒരു ഭാഗത്ത് നിവർത്തിവെച്ചിരുന്ന ചാക്ക് തുറന്നു. അതിൽനിന്ന് ഇരുകൈ കൊണ്ടും എന്തോ വാരിയെടുത്ത് അയാൾ കുളത്തിലേക്കിട്ടു.

'കുളു' 'കുളു' ശബ്ദത്തോടെ നൂറുകണക്കിനു മീനുകൾ തീറ്റ കൊത്തിയെടുക്കാനായി ജലോപരിതലത്തിലേക്ക് കുതിച്ചെത്തി സാമാന്യം നല്ല വലുപ്പമുള്ള വളർത്തുമീനുകൾ.

അയാളുടെ സാന്നിദ്ധ്യത്തിൽ മീനുകൾ ആഴത്തിലേക്കു പോകാൻ മടിക്കുന്നതുപോലെ തോന്നി.

വീണ്ടും, രണ്ടുമൂന്നു പിടി വാരി കുളത്തിലേക്കിട്ട് മുസ്തഫ പറഞ്ഞു. "ചോളത്തിന്റെയും പയറിന്റെയും പൊടിയാണ് ഈ ചാക്കിൽ. ഇത് കൃത്രിമമായുണ്ടാക്കിയ മീൻ തീറ്റയല്ല.

എനിക്കും കുടുംബത്തിനും കഴിക്കാനുള്ളതും, പുറത്ത് അയൽവാസികൾക്ക് കഴിക്കാനുള്ളതും ഈ കുളത്തിൽനിന്ന് കിട്ടുന്നുണ്ട്. അല്പം മനസ്സുവെച്ചാൽ ആർക്കും പരീക്ഷിക്കാവുന്ന ഒരു കൃഷിരീതിയാണിത്. നിങ്ങളെല്ലാം വീടുകൾക്ക് സമീപം ഒരു കൊച്ചു കുളം കുഴിച്ച് മത്സ്യകൃഷി ചെയ്യണം. അതിന് കൂടുതൽ സ്ഥലം വേണ്ട. ചെറിയൊരു കുളം മതിയാകും. മൂന്നോ നാലോ മീറ്റർ നീളവും രണ്ട് മീറ്റർ വീതിയുമുള്ള ഒരു കുളം..

നോക്കൂ. മാർക്കറ്റിൽനിന്നും നമുക്ക് ലഭിക്കുന്ന മത്സ്യങ്ങൾ മാരകമായ വിഷപദാർത്ഥങ്ങൾ ചേർത്തവയാണ്. തമിഴ്നാട്ടിൽ നിന്നും കർണ്ണാടക, ഗോവ എന്നിവിടങ്ങളിൽനിന്നും മത്സ്യങ്ങൾ

കൊണ്ടുവരാറുണ്ട്. ചിലപ്പോൾ കൽക്കത്തയിൽ നിന്നുപോലും മത്സ്യങ്ങൾ നമ്മുടെ വിപണികളിൽ എത്തിച്ചേരുന്നു. ആഴ്ചകൾ പഴക്കമുണ്ടാകും മത്സ്യത്തിന്. ഈ മത്സ്യം കേട് വരാതിരിക്കാൻ ചേർക്കുന്ന വസ്തുക്കൾ നമ്മുടെ ശരീരത്തിൽ ഒരുപാടു രോഗങ്ങൾ വരുത്തിവെക്കുന്നുണ്ടെന്ന് പലരും അറിയുന്നില്ല. ഇന്ന് കാണുന്ന പല രോഗങ്ങളുടെയും വർദ്ധനവിന് പ്രധാന കാരണം മത്സ്യത്തിൽനിന്നും പച്ചക്കറികളിൽ നിന്നും കിട്ടുന്നതാണെന്ന കാര്യം പരസ്യമായ രഹസ്യമാണ്.."

കുട്ടികൾ ഞെട്ടലോടെയാണ് ആ വാക്കുകൾ കേട്ടത്. "അല്പം മനസ്സ് വെച്ചാൽ വീട്ടാവശ്യത്തിനുള്ള പച്ചക്കറികളും മത്സ്യങ്ങളും വീട്ടിൽത്തന്നെ കൃഷി ചെയ്തുണ്ടാക്കാവുന്നതേയുള്ളൂ. ഫ്ളാറ്റിലും മറ്റും താമസിക്കുന്നവർ ടെറസിനു മുകളിൽ കൃഷി ചെയ്യുന്ന വിവരം നിങ്ങൾ കേട്ടിരിക്കുമല്ലോ. നമുക്കാവശ്യമുള്ളത് മുഴുവൻ കിട്ടിയില്ലെങ്കിലും വിഷം നിറഞ്ഞവ അല്പമെങ്കിലും മാറ്റിനിർത്താൻ കഴിയുമല്ലോ." വെയിൽ ചാഞ്ഞു തുടങ്ങിയിരുന്നു. അതുവരെയുണ്ടായിരുന്ന വെയിൽ പെട്ടെന്ന് പിൻവാങ്ങിയതു പോലെ..

ജിനൻ മാസ്റ്റർ പരിഭ്രാന്തിയോടെ വാച്ചിൽ നോക്കി. സമയം അഞ്ചുമണി കഴിഞ്ഞ് നാല്പത്തിയഞ്ചു മിനുട്ടായിരിക്കുന്നു.

കൈമുട്ടിക്കൊണ്ട് ജിനൻ മാസ്റ്റർ എല്ലാവരോടുമായി പറഞ്ഞു.

"ഇനി നമുക്ക് മതിയാക്കാതെ വയ്യ... സമയം ആറിനോടടുക്കുന്നു."

"സോറി... നിങ്ങളോട് സംസാരിച്ച് ഞാനും സമയത്തെക്കുറിച്ച് ഓർത്തതേയില്ല."

"ഞങ്ങൾക്ക് മതിയായില്ല സർ." വാടിയ മുഖത്തോടെ ആതിര പറഞ്ഞു.

"ഒഴിവുള്ളപ്പോൾ വന്നോളൂ... നമുക്കിനിയും കാണാം."

കുട്ടികൾ മനസ്സില്ലാമനസ്സോടെയാണ് തിരിച്ചുപോകാൻ തയ്യാറെടുത്തത്.

"നടന്ന ദൂരമത്രയും തിരിച്ചു നടക്കേണ്ട. ബസ് മുന്നോട്ടു

വരാൻ പറഞ്ഞാൽ മതി. മൂന്നാമത്തെ കവാടത്തിനടുത്ത് നിർത്താൻ വേണ്ട നിർദ്ദേശം നല്കൂ."

ജിനൻ മാസ്റ്റർ ബസ് ഡ്രൈവർക്ക് വേണ്ട നിർദ്ദേശങ്ങൾ നല്കിക്കൊണ്ട് ഫോൺ ചെയ്തു.

ഒരു എളുപ്പവഴിയിലൂടെ അവരെ നയിച്ചുകൊണ്ട് മുസ്തഫ മുന്നിൽ നടന്നു.

അഞ്ചുമിനിട്ടിനകം അവർ മൂന്നാമത്തെ കവാടത്തിനരികിലെത്തി.

അപ്പോഴേക്കും അവരുടെ ബസും അവിടെ എത്തിച്ചേർന്നിട്ടുണ്ടായിരുന്നു. കുട്ടികളുടെ സീറ്റുകളിലെല്ലാം മുസ്തഫയുടെ സ്നേഹസമ്മാനം പച്ചക്കറിപ്പൊതികൾ. ഡ്രൈവർക്കും അദ്ധ്യാപകർക്കും വേറെ സമ്മാനപ്പൊതികൾ.

കുട്ടികളും അദ്ധ്യാപകരുമെല്ലാം ബസിൽ കയറി. എല്ലാ കണ്ണുകളും ഒരു മനുഷ്യനിലേക്ക്.. അയാൾ നട്ടുപിടിപ്പിച്ച കാട്ടിലേക്ക്.

ബസിളകി. കുട്ടികൾ ആർത്തുവിളിച്ചു. ആനന്ദാശ്രുക്കൾ പൊഴിച്ചുകൊണ്ട് അയാൾ കൈ വീശി.